Garvabangamau

K Veeravenkayya K Veeravenkayya

Nabu Public Domain Reprints:

You are holding a reproduction of an original work published before 1923 that is in the public domain in the United States of America, and possibly other countries. You may freely copy and distribute this work as no entity (individual or corporate) has a copyright on the body of the work. This book may contain prior copyright references, and library stamps (as most of these works were scanned from library copies). These have been scanned and retained as part of the historical artifact.

This book may have occasional imperfections such as missing or blurred pages, poor pictures, errant marks, etc. that were either part of the original artifact, or were introduced by the scanning process. We believe this work is culturally important, and despite the imperfections, have elected to bring it back into print as part of our continuing commitment to the preservation of printed works worldwide. We appreciate your understanding of the imperfections in the preservation process, and hope you enjoy this valuable book.

శాపవశంబున చట్రాయిగా పడియున్న యహల్య స్వస్వరూపమును బొందెనో యేపరాత్పరు పాదరాజీవములం బన్నీట గడగి తజ్జలంబును శిరంబున ధరించుటచే జనకరాజేంద్రుఁడు జన్మసాఫల్యమొందెనో యేలోకపావనునకు సద్భక్తితో నుచ్ఛిష్టమధురఫలోపహార మొసఁగి శబరి శాశ్వతపుణ్యలోక ప్రాప్తినొందెనో యేమహాభాగు హస్తస్పర్శనంబుచే జటాయువు కైవల్యమొందియుండెనో ఆపరాత్పరుని ఆలోకైక నాథుని ఆజగద్రక్షకుని ఆమోక్షప్రదాతను స్మరించుటకంటె తరించుటకు సుగమమగు మార్గము వేరొండులేదనుట నిక్కువముగదా? ఆభక్తలోకమందారుఁడు కన్నకుమారులయెడఁగల్గు వాత్సల్యముకంటె నెక్కుడగు ప్రేమంబున నన్నాదరించి తారక మంత్రోపదేశమొనర్చి తనసాన్నిధ్యము బొందుటకనువైనమార్గమును జూపించెను. ఇంతటి వాత్సల్యమాపరాత్పరునకు నాపైగల్గుటకు నాయొనర్చిన పూర్వపుణ్య విశేషమేకదా కారణము——కాని తారకమంత్రోపదేశమును బొందిన నాఁటినుండి యిమ్మహేంద్రనగరంబున నుంటినే. ఆమహాత్ము దర్శించి సేవించుటకొక్కనాఁడైన పోయియుండలేను. రామా! సుగుణధామా! నన్నిట్లీ మహేంద్రనగరంబునకు బంపి నీపరిచర్య సేయుభాగ్యము నాకిలవడకుండ జేయుటకు నీయెడ నేనొనర్చిన నేరమేద్ది——నాయొనర్చిన నేరముకాదు. నాపై నీకు పరిపూర్ణానుగ్రహముండియే యిట్లు గావించియుంటివి. కొలది విశ్లేషానంతరము గల్గు మహదానందమును గూడ నాకురుచిజూపుటకై యిట్లొనర్చితివి. స్మరణకువచ్చినది. తారక మంత్రోపదేశ మొనర్చిననాఁడు నీవొసంగినవాగ్దానము స్మరణకువచ్చినది. ద్వాపరయుగంబున నీకు మరల దర్శనమొసంగెదనంటివి.

చ. గురు కరుణాంతరంగుఁడు ర • ఘూద్వహుఁ డాత్మసతీయుతంబుగా
నిరుపమాతిస్థలంబునను • నిల్చి మహత్తరమైన మంత్రముఁ
గురుకొని చెల్పి నీవు మది • గోరిన రీతిగ దర్శనంబు ద్వా
పరమున నిచ్చువాఁడనని • పల్కినమాట స్ఫురించె నేఁడహో!

ఆహా! రామచంద్రునివాక్యము దలంపునకువచ్చినంతనే రామచంద్రుని జూచినంతటి యానందమే గలుగుచున్నది. ద్వాపరయుగంబున దర్శనమిచ్చెదననియెను, కాని యాద్వాపరయుగ మెప్పు డారంభమగునో యెప్పుడాతని జూడగల్గుదునోగదా? నాయీవాంఛిత మెప్పుడెంతకాలమున కీడేరునో దెల్పెడి మహానుభావుని యాత్మబంధువునిగా దలంతును గదా?

(తెరలో వీణాగానము.)

అదేమి ఎన్నడును వినరాని వీణానినాదము నేడు వినవచ్చుచున్నది?

అనుబంధము 1.

ఎవ్వరో శ్రీరామభక్తులు గావలయును. రామనామసంస్మరణ జేయుచు నిల్లే జనుదెంచుచున్నారు. వీరివలన నావాంఛిత మెప్పుడు దీరునో తెలిసికొనుటకు యత్నించెదను.

(ప్రవేశము నారదుఁడు అనుబంధమును బాడుచు.)

ఆంజ—(తనలో) ఎవ్వరో యనుకొంటి. త్రిలోకసంచారులగు నారదమౌనీంద్రులే, ఆగతనాగతవేదులగు వీరివలన నావాంఛిత మీడేరును. (ప్రకాశముగ) బ్రహ్మమానసపుత్రా! నమస్కారములు. ఇటుదయచేయుఁడు. శ్రీరామచంద్రగుణాభివర్ణనమాలింప చిరకాలమునుండి వేచియున్న నావీనులకు నేడుగదా విందుగల్గెను.

నార—ఆయుష్మాన్ భవ. పావనీ! ఇచ్చోట నెట్టియంతరాయములును గలుగక జపతపంబులు సాగుచున్నవిగదా? కుశలివై యుంటివా?

ఆంజ—తమబోంట్ల యనుగ్రహావిశేషంబుకలిమి కుశలంబు గల్గుటకు లోటుగల్గునా? నామాటకేమిగాని, మారామచంద్రుఁడు సుఖియై జానకితో నయోధ్యాపురంబుననుండెనే.

నార—(నవ్వి యూరకుండును.)

ఆంజ—పవననందనా ! జగత్త్రితయపరిపాలనాదక్షులగు నాదంపతులు సుఖంబుగ నుండిరాయని ప్రశ్నింప నవ్వువచ్చినది. ఇయ్యది త్రేతాయుగముగాదను టీవెఱుంగవుగా బోలును.

ఆంజ—యుగమప్పుడే మారినదా ?

సీ. లంకదహించుచో • రక్కసులిడినట్టి
పెడబొబ్బలింకను • నుడుగలేదు
పెనుగొండలనువార్ధి • విసరంగనొదవిన
యాయాసమింక నా • కణగలేదు
రామరావణమహో • ద్దామ సంగ్రామగు
ణారావమింక జ • ల్లారలేదు
రామవిజయముఁ గీ • ర్తన మొనర్చినదేవ
తల సంతసంబైన • తరుగలేదు

గీ. రామునభిషేకకార్య సం • రంభమందు
కుడిచిన పదార్థములు గర్భ • గోళమందె
నిలచియున్నవి నాకు ము • నీంద్రచంద్ర !
ఇంతలోననె యుగభేద • మెట్లుగల్గె.

నార—పావనీ ! త్రేతాయుగము గడచినది. ద్వాపరముగూడ గడచి పోనున్నది.

ఆంజ—అట్లనా ? అయినయెడ మారామభద్రుని సందర్శించు మహాద్భాగ్యము నాకు త్వరలో లభించుననుమాటయే.

నార—అదెట్లు లోనగూడును ?

ఆంజ—ద్వాపరంబున రామభద్రుడు క్రమ్మర దర్శనమొసంగుదునని వాగ్దానమొసంగి యుండెను.

నార—రాముఁడిప్పు డెక్కడనుండెనో దెలియదు. కాని నేనొక్క బలరాము నెఱుంగుదును.

ఆంజ—బలరాముఁడా ! ఈతడెవ్వఁడు, మారామునకులేని బల శబ్ద మీతని కెట్లు వచ్చినది.

నార—ఎట్లువచ్చినదో నేను జెప్పగలనా ? (తనలో) ఈతని కొకింత పురెక్కించితినా ముల్లోకంబుల నేనబలుడనని గర్వించు నాబల రామునకు జక్కగ గర్వభంగమగును.

ఆంజ—నారదమహాసీంద్రా ! ఏమట్లు వచించెదరు. రాముని కంటె నీతఁడు బలాధికుఁడా ! లోకవిద్రోహియగు రావణునంతవానిని సునాయాసముగ వధించిన రామునికంటెను బలుఁడా !

నార—బలాధికుడనియే యాతని యభిప్రాయము.

ఆంజ—ఆ ! ఆ ! ఏమంటిరి. ఆతఁడట్లు తలంచుచుండునా ? ఏమాతని గర్వము.

నార—ఈవిషయమున నాతఁడు గర్వితుఁడనకతప్పదు.

ఆంజ—అయిన నాతనిబలమెట్టిదో జూడక విడువను.

నార—ఏమో నీచిత్తము, కాని యాతఁడు బలుడనియు, బల దేవుఁడనియు పౌరుషనామంబుల ధరించి ముల్లోకైకవీరుడనని మురి యుట మాత్రము నిక్కము.

ఆంజ—ఆతని యునికి దెలుపుఁడు. ఇప్పుడచని యాతని బల మెట్టిదో జూచివచ్చెదను.

నార—ద్వారకానగరంబున నుండును.

ఆంజ—మహాసీంద్రా ! రండు క్షణంబుననేగి యాతనిదగినట్లు గర్వభంగ మొనరించు నంతవఱకు నాకు మనశ్శాంతి లభింపదు.

నార—కలహబీజమును నాటితిని. పావని యద్దానికి నీరుపోసి పెంచి పెద్దగాజేయక విడువడు. ఫలరసాస్వాదమున పొట్టనిండించు కొన నేనుబోయివచ్చెదను.

(అనుబంధమును వాడుచు ఆంజనేయునితో నిష్క్రమించును.)

ద్వితీయరంగము

ప్రదేశము—ద్వారకానగరమునందలి వీధి.

(ప్రవేశము—నారదుడు, ఆంజనేయుడు.)

ఆంజ—మునిచంద్రమా! ఈపురీవరంబును దిలకించినంతనే యయోధ్యాపురంబును దిలకించినంతటి సంతస ముదయించుచున్నది. మరియును,

ఉ. ఈపురిజూచినంతనె జ ♦ నించినమోదరనాబ్ధివీచికల్
బాపురె రామచంద్రుపద ♦ పంకజముల్ దరిశింపగల్గు నం
తాపమదేలనంచు విది ♦ తంబుగ బల్కుచునుండెనో
తాపసవర్య! రామవిభు ♦ దర్శనమెట్లులభించు నిచ్చటన్.

నార—అయోధ్యాపురాధినాథుడగు శ్రీరాముని దర్శనము లభింపకున్నమానె బలరాముని దర్శనమిచ్చట నిక్కముగా లభింపగలదు.

ఆంజ—ఇయ్యది యయోధ్యాపురంబుగాదా?

నార—ఇది ద్వాపరయుగమనుమాట మరిచితివిగాబోలు.

ఆంజ—అయిన మీరు చెప్పిన ద్వారకానగరమా యిది.

నార—ఔను. అదుగో ఆసౌధమును బరికించితివా! అదే బలరాముని మందిరము.

ఆంజ—మునిచంద్రమా! అయిన తడయనేల మీరేగి యాతడు బలశబ్దమును దీయునో లేదో కనుగొనిరండు. అనవసరముగా పౌరుషప్రకటనమునకు బూనుకొనుట మేలుకాదుగదా!

నార—ఈరాయబారమునకు నన్నే నియోగింతువా? వలదు వలదు.

ఆంజ—మీరాతనికి భయపడి యట్లు పలుకుచుండిరని దలంతును.

నార—కాదుకాదు. అతఁడును నాకాప్తకోటిలోనివాఁడు. నేనీ రాయబారమునకు పూనుకొంటినా నేనే నిన్నాతనిపై పురిగొల్పినట్లు భావించును. కనుక నింకొకరి నాపనికి నియమింపుము.

ఆంజ—ఇంకొక రెవ్వరున్నారు.

నార—సముఖమున రాయబార మెందులకు నీవే ప్రసంగింపవచ్చును.

ఆంజ—ఎట్లు?

నార—అదే ద్వారమునొద్ద నిరువురు ద్వారపాలకులుగలరు. వారిచే సమరభిక్షగోరి జనుదెంచితివని బలరామునకు వార్తబంపుము.

ఆంజ—చిత్తము. మీరుగూడ జూచుచుండుడు. నిముషమున నాతనికి గర్వభంగ మొనరించి మరలివత్తును.

(ఆంజనేయుడు నిష్క్రమించును.)

నార—(స్వగతమున) బలరాముఁడు ముల్లోకైకవీరుండ నను ప్రబలగర్వంబున నున్నాడు. ఈతని కీనాడు వాయుపుత్రునివలన చక్కగ శృంగభంగమగుట కిసుమంతయు సందేహములేదు. ఆతఁడు బలశబ్దమును తొలగించుట కంగీకరింపఁడు. ఈతఁడయ్యదివిన్న సహింపఁడు. ఇప్పుడీ యిరువురకును కయ్యము కాకమానదు. కానిమ్ము, ఒక్కమారు తగినపరాభవమందినగాని యాతనిగర్వ మడంగదు. బలరామునకు నాకిందు జోక్యముగలదని సుంతైన దెలియకుండవలయును కాన నామరుగునుండి పరికించుచుండెదగాక.

(నిష్క్రమించును.)

(ఇరువురు భటులను చెరియొకచేతనుబట్టి యీడ్చికొని
వచ్చుచు నాంజనేయుఁడు ప్రవేశించును.)

1 వ భ—కోతిగా! కోతిగా! మమ్మేలబాధించెదవు. కొంచెము చేతిపట్టు వదలుము చచ్చుచుంటిమి.

2 వ భ—బాబో! మమ్మురక్షింపవలెను. (మొదటివానితో) బుద్ధిలేదా! బ్రతిమాలుకొనలేవా?

ఆంజ—గోలచేయక నేను చెప్పినట్లుచేయుడు. లేనియెడల నలిపివేయమందురా?

2 వ భ—చెప్పినట్లు చెయ్యకపోతే బ్రతుకుటగలదా? తప్ప కుండా చేయుదుము.

ఆంజ—మీరా మేడయొద్ద నెందులకుంటిరి?

1 వ భ—మేము దొంగలముగాము ఆబలరాముని సేవకులము. ద్వారము నెల్లప్పుడును కనిపెట్టుకొని యుండుటయే మాపని.

ఆంజ—మీయజమానుని బలమెట్టిదో చూడవలసియున్నది. ఇక్కడకు గొనిరండు.

2 వ భ—తీసికొని వచ్చెదము.

1 వ భ—ఎందులకు.

ఆంజ—ఎందులకా! వారిబలమెట్టిదో చూచుటకు.

1 వ భ—ఇదేమి! ఆతఁడు సామాన్యుడనుకొంటిరా?

ఆంజ—సామాన్యుఁడగునో కాదో చూడవలసియున్నది. ఇచ్చటికి దోడ్కొనివచ్చెదవా?

2 వ భ—చిత్తము. శీఘ్రముగా నాతనినిక్కడకు దెచ్చెదము. మమ్ము వదలుఁడు.

(ఆంజనేయుఁడు భటులను వదలగా వారు పరుగెత్తుచు
(నిష్క్రమింతురు.)

ఆంజ — అతఁడెట్లును రాకమానఁడు. సమరముజరుగకమానదు. సమరతలంబున నాతనిరాకకై వేచియుందును. ఈసమయమున నీబలగామునిబల మెట్టిదియో యొంకింతజూచెదను.

చం. ఇరువదియొక్కమారు ధర • ఁగల రాజులనెల్ల జంపి సు
స్థిరమగు గీర్తినొందిన వి • శేషబలాఢ్యు పరాక్రమంబగు
ర్తెరిగితి రామచంద్రు బల • మెంతటిదో కనుగొంటి నింక ని
త్తరిబలరామ దోర్బలము • దప్పకజూచెద నిక్కువంబుగా.

ఇప్పుడేగినభటు లాతనితో తమపరాభవమును గూర్చియు, నేనాతని యుద్ధమునకు రావలసినదని బిలుచుచుంటిననియు వచింపకమానగ. ఆతఁడు నిక్కంపుశూరుఁడగునేని వెఁటనే యాతఁడు సమర మొనరింపవచ్చును. కానియెడల నింటనేకూర్చుండును. నేనా సమతలంబునకరిగి యట నాతనికై నిరీక్షించుచుండెదను. (నిష్క్రమించును.)

తృతీయరంగము.

ప్రదేశము: — బలరామునిదర్బారు.

(బలరాముఁడు, కృష్ణుఁడు, సాత్యకి, మున్నగు యాదవవీరు
(లుచితాసనములపై నుపవిష్టులై యుండ తెరలేచును.)

కృష్ణు — అగ్రజా! నిక్కము నచింపవలయునన్న పాండవులే బలాధికులనియు న్యాయమూర్తులనియు నుగ్గడింపవలయునుగదా?

బల — ఏమీ! బలరామశిక్షితుఁడగు సుయోధనుఁడు హీనసత్త్వుఁడా! ఆతఁడన్యాయవర్తనుఁడా?

సాత్య — ఇప్పుడావిషయమును గూర్చి వితర్కించుటెందులకు త్వరలో నాయంశమును నిర్ధారణమొనర్పగల మహాభారత సంగ్రామము జరుగనున్నదిగదా?

బల — సాత్యకిపల్కులు సమాదరణీయములు.

కృష్ణ — అగ్రజా! పాండవుల పరాక్రమ మెఱుంగవా? దండధరు గదాదండసన్నిభంబగు గదాదండంబును గిరగిర ద్రిప్పుచు కౌరవసైన్యమును గగ్గోలుపఱచు నాభీముని బాహుబల మెఱుంగవా? గాండీవగుణకారవంబున గుండియలవియ, వైరిరాట్సంతతులు పరువిడ జేయు కవ్వడితో బోరొనర్ప నివ్వటిలువాఁడుండునా?

బల — నీ కాపాండుపుత్రులపై గల్గునభిమానంపు పెంపున నట్లాడెదవు. ముల్లోకైకవీరుండగు నీబలరాముండు సుయోధనసముఖముననుండి యాతనికై యుద్ధమొనరించుచుండ పాండవులెకాదు ముల్లోకంబులెత్తివచ్చినను రారాజును తేరిచూడఁగలరా?

కృష్ణ — (స్వగతమునన) గర్వభంగ సమయము దాపైనకొలదిగ గర్వమతిశయించుచున్నది. కావుననే యప్రయత్నముగ నీతని నోట నీప్రగల్భవాక్యములు వినవచ్చుచున్నవి.

[ప్రవేశము ఇరువురుభటులు.]

బల — ఏమిరా! మీరిట్లురుదెంచిరి.

1 వ భ — ఎక్కడనుంచియో యొకకోతివచ్చినది. ఆకోతి మమ్మిద్దరను దగ్గరకులాగుకొనినది. తోడనే మాయెముకలన్నియువిఱిగి ముక్కలైనవి.

బల — (నవ్వి) ఒకకోతి పట్టుకొనినంతనే భయమందితిరా! మంచిశూరులు. ఆకోతినెట్లు వదలించుకొని వచ్చితిరి.

2 వ భ — కనికరించి ఆకోతియే మమ్ము వదలినది.

బల—ఎందుఁకిట్లు మనభటుల నలయించినదో సాత్యకీ ! నీవేగి యీసంగతి కనుగొనిరమ్ము.

2 వ భ—సాత్యకింబంపిన లాభములేదు.

బల—అదేమి ?

2 వ భ—మిమ్ముఁజూచుటకే యదివచ్చినదట

1 వ భ—మీ బలమెట్టిదియో చూడఁగోరియుండెను.

బల—ఏమీ ! నాబలమెట్టిదో చూడవచ్చితినని బల్కెనదా ? మీరు పొరబడియుండలేదుగద ఈలోకంబునగాక దేవలోకంబునన్నైన నాతో బోరాడగల శూరుఁడుండెనా ?

2 వ భ—మిమ్ములను సమరమునకుఁగొని తెచ్చుట కొడంబడుటచేతనే మమ్ము ప్రాణములతో విడచినది.

బల—అట్లైన నాప్లవగము పరేతలోకమున కరుగుటకు నిశ్చయించియే వచ్చియుండవచ్చును. కానిండు నాకావనచరాధముని జూపుఁడు.

కృష్ణు—అనాలోచితముగ కార్యారంభమునకు గడంగరాదు.

బల—ఈమాత్రపుబని కాలోచనముగూడ గావలయునా ? ఈబలరాముఁడొక్క వనచరాధమునితో బోరాడజాలడనియేనా నీయభిప్రాయము. కృష్ణా ! అకారణంబుగ భీరుని పగిది నీవేల నేడిట్లు మాటలాడుచుంటివో దెలియకుంటిని.

చ. వనచరుఁ డొక్కరుండు గరు ♦ వంబున నాబలమింత జూడగా
మనమున నెంచివచ్చెనట ♦ మానుగ వాని బలంబదెట్టిదో
గనుగొన నేగుచో బిరికి ♦ కండవహించిన యట్లుతమ్ముఁడా
జనవలదంచు బల్కితివి ♦ చాలును చాలిక నూరకుండుమా !

కృష్ణు—అగ్రజా ! కొంచె మాలోచించుము. వనచరుఁడైన మాత్రమున హీనసత్త్వునిగా దలంపరాదు. హీనబలుఁ డెప్పుడును తనకంటె బలాధికులతోడి కయ్యమున కియ్యకొనఁడు. ఆపైన దమ చిత్తము.

బల—కృష్ణా ! నీకేటి కీభయము. ముల్లోకైకవీరుండనగు నాతో ప్రతిఘటింప జాలువాడుండునా ?

మ. హాలమున్ చేతధరించి నేనిలచి యు ♦ ద్ధారంభమున్ జేయగా
గలనన్ నిల్చెడి ధైర్యశాలికలఁడే ♦ గర్వాతిరేకంబుతో
బలదర్పంబులు జూప సిద్ధపడినన్ ♦ ప్రాణాలతో క్రమ్మరన్
నిలయంబున్ దరిజేర బోడనుటయే ♦ నిక్కంబుగా నెంచుమా !

ఇంక నీసందేహములఁ గట్టిపెట్టుము నే బోయివచ్చెద.

సాత్య—మేము గూడ సమరమున కాయత్తమై వచ్చువరకైన నిలువుఁడు.

బల—గోట మీటఁబోలుపనికి గ్రొడ్డలియేల. ఒక్కకోతినో హటించుటకు మీసహాయముగూడ గావలయునా ? అట్లైన బలశబ్దము నాయందు నేతిబీరవంటిదగునుగదా ? గోపకులారా ? ఆ ముక్కిఁడి వానర మెచ్చటనున్నదో జూపుటకై నావెనువెంటరండు. (పటాటోపముతో నిష్క్రమించును.)

కృష్ణు—(స్వగ) ఇంచుమించుగ నీగర్వభంగనాటకమున ప్రధమాంకము ముగియవచ్చినది. మాబలరామున కిప్పుడిట్లు గర్వభంగమైనగాని జరుగనున్న కురుక్షేత్ర యుద్ధమున కడ్డుదగులకమానఁడు. (ప్రకాశము) సాత్యకీ ! ఇంక మనమిచ్చట గూరుచుండు పొందులకు రమ్ము. ఆవానర మెట్టిదో బలరాముఁ డెట్లా వానరమునుజయించునో కనుగొందము. (ఇరువురు నిష్క్రమింతురు.)

తెరవ్రాలును.

తురీయరంగము.

(ఆంజనేయుడొకచో గూరుచుండియుండును బలరాముడు పటాటోపముతో ప్రవేశించి నలుమూలలు వెతకి.)

బల—(సరోషముగ) పిరికివారలు. ఈకోతిని జూచుటకే భయపడి పరుగులిడిన వీరు యుద్ధములు చేయుదురట. అదే వానరమనిబల్కి యెన్నివిధముల భయముడుపుటకు యత్నించినను వెనుక దిరిగిజూడక పరుగిడిరి. ఇచ్చటికి వచ్చిచూడగా నావానర మెచ్చటను గాన్పింపదు. సంగ్రామాభిలాషతో జనుదెంచిన యావనచరుఁడే పరుదెంచువరకు నిలువకేల పరుగిడెనో—కాదుకాదు. ఏల దాగుకొనియుండెనో తెలియరాకున్నది. మాటున నిల్చుటగూడ పగతునకు వెన్నొసంగుటవంటిదె యగును. ఆహా! ఇంతటి వానరముతో ప్రతిఘటింపంజాలవనియె గాబోలును కృష్ణాదులు దలంచి భీతిల్లిరి. నాకా వానరమింకను గాన్పింపదయ్యెను గాని కాన్పించియేయున్న నిముషమాత్రమున వద్దాని నిజముగా యమునింటి కతిథిగా సీవరకె బంపియుందును.

ఆంజ—(స్వగ.) ఈతఁ డెంతటిశూరుఁడు. తన శూరతయంతయును మాటలలోననే జూపునట్లున్నాడు. నేను గాన్పింపమి నేమో వదరుచున్నాడు. నేనిక్కడనే యున్నట్లాతని కొకింత దెలియుటకై యొక్కమారు శిలావర్షమును గురియించెద.

(శిలావర్షము గురియును.)

బల—ఛీ! ఛీ! సముఖమున నిలచి పోరాడజాలక ఆతుచ్ఛవానరము మాటుననుండి శిలావర్షము గురిపించుచున్నది. అయినమాత్రమున భయపడువాడనుగాను. ఓవనచరా! నిన్ను నేడెట్లును విడచిచనువాడనుగాను

ఆంజ—(బలరాము నెదుటి కరుదెంచి) శూరుఁడా! చాటున నిల్చి యుద్ధము సేయు నాచార మింటను వంటనుగూడలేదు. ఏదీ! నేనెదుట లేననుకొని యేమేమో ప్రగల్భములాడితివి. ఆప్రగల్భము లెంతవఱకు నిక్కములో యొకింత జూపుము.

బల—(ఆంజనేయుని పరిశీలనతోజూచి, నవ్వి,) నీవా నాబల మరయదలంచినవాఁడవు. వ్రేలెడంతలేవు ముల్లోకైకవీరుఁడనగు నాతో సమరమొనర్పనెంచితివి. పరికింపగా నీవు యుక్తాయుక్తవిచారశూన్యుని వలె గాన్పించుచుంటివి. ఇప్పటికేని బుద్ధిదెచ్చుకొని మనుగడకుఁ దగు మార్గమరసికొమ్ము.

ఆంజ—అట్లు పలుకుట బలగర్వదుర్విదగ్ధులకు జెల్లును.

బల—ఓయీ! నిన్నుజూచిన కనికర ముదయించుచున్నది. నీమాటల నెగ్గుగాగొనను.

ఉ. వీరులనెల్ల యుద్ధమున • పీచమడంచి కలంచినట్టివో
స్సారముగల్గినట్టి నను • సాహసవృత్తి నెదిర్చి పోరి ని
ష్కారణమేల జచ్చుటకు • స్వాంతమునన్ దలపోసెదీవు నీ
నేరములెల్ల నెమ్మది గ • ణింపక వీడెద పొమ్ముస్వేచ్ఛగా.

ఆంజ—నానిశ్చయమును వినుము. ఇరువదియొక్కమారు ధరణింగల రాజులనెల్ల జక్కాడిన పరశురాముని పరాక్రమమెట్టిదో విని యుంటిని. తదుపరి ముల్లోకకంటకుఁడగు రావణుని పుత్రమిత్ర కళత్రములతో హతమార్చిన శ్రీరామచంద్రుని బలమెట్టిదో ప్రత్యక్షముగా గంటిని. వారికిలేని బలశబ్దమును ధరించిన నీబలదర్పములెట్టివో పరికింపక విడువను. ఆ బలశబ్దమును తొలగించుకొనుము. లేకున్న సార్థకనాముఁడ వనిపించుకొనుటకై యనిసేయుము. లేకున్న నీ హనుమంతునిముందర నీ కుప్పిగంతులు నాగవు.

బల—ఏమిరా నీ దురాగతము! ఆ శబ్దమును దీసివేయవల యునా? నీమేననున్న ప్రాణవాయువుల దీసివేయవలయునా?

ఆంజ—ఎట్లుగావించినను మేలెయగును.

బల—ఇంక మాటలతో నీకు బ్రత్యుత్తర మీయదలచుకొన లేదు.

ఆంజ—వృథా కాలహరణము నేయవలదనియే నేను బలుకు చుంటిని.

బల—ఈగదాదండంబునుండి దప్పించుకొనుము. (అని గదను గిరగిర ద్రిప్పి విసరును.)

[ఆంజనేయుఁడాగదాదండమును సునాయాసముగాబట్టుకొనును.]

ఆంజ—అయినది. ఈగదాదండమువ్యర్థమైనది. వేరొకయాయు ధమును గైకొనుము.

బల—(రోషమున) తుచ్ఛుఁడా! ఈ హలాయుధమే నిన్నంత కాలయమునకు బంపగలదు కాచికొనుము.

[బలరాముఁడు హలాయుధమును ప్రయోగింప నాంజ నేయుడు గదతో నద్దానినెగురగొట్టును.]

ఆంజ—హలాయుధ మక్కరకురాదయ్యెను. ఇంకొకయస్త్ర ముపయోగింపుము. (నవ్వి) నిరాయుధుండవుగాబోలును. నేనుగూడ నాయుధమును విడచెదనురమ్ము. కొంతతడవు బాహుయుద్ధమున వినో దింతము.

బల—(నిర్వేరపాటున తనలో) ఆహా! ఏమీతని పరాక్ర మము. మున్నెన్నడును నవజయంబెఱుగని నా యస్త్రము లీతనిమెక

నిర్వీర్యములయ్యెను. ఈతని వృత్తాంతమంతయు నెఱింగియుండియే గాబోలు కృష్ణుఁడు నన్ను వారింపనెంచెను.

ఆంజ—ఏమాలోచించుచుంటివి. బాహుయుద్ధమున కాసైకతస్థలమెంతయుఁ దగియున్నదిరమ్ము.

బల—నడువుము ఆసైకతస్థలంబునకు. ఎట్టులైనను నిన్నువధింపక విడువదలచుకొనలేదు. (తనలో) ఇప్పట్టున జయము లభించుననుట సందియమే గాన నిటనుండియె మరలుట లెస్సగా దోచుచున్నది.

ఆంజ—మంచిదిరమ్ము (నిష్క్రమించును.)

బల—ఇదే తగిన సమయము (మరలిచనును.)

(ఆంజనేయుడు మరల ప్రవేశించును.)

ఆంజ—ఇదేమిచిత్రముగానున్నది. నావెనుకనే వచ్చుచుందువని తలంచి యలకేగుచుండ నీవిట్లు పురంబులోనికరుగ యత్నించుచుంటివా? శత్రునకిట్లు వెనుజూపి పోవదగునా? ఇంతమాత్రమునకే బలశబ్దమునుగూడ దగిలించుకొంటివి. వెనుకకు మరలిరమ్ము. పరిపంథితో యుద్ధమొనరింపుము...ఆ. ఆ!! నామాటలువినియు విననియట్లేగుచుంటివా? వెనుకకు మరలింతునా? యుద్ధమునుండి గృహోన్ముఖుఁడై చనువానిని మరల బిలువరాదందురు. ఆతఁడు నిక్కంపు శూరుడైన గృహంబునకరిగి పరివారమునుగూడ గొనితెచ్చును. కాకున్న నూరకుండును. ఆతఁడు మరలివచ్చునో రాడో ఆపర్వతాగ్రమునగూరుచుండి పరికించెదను. (నిష్క్రమించును.)

తెర వ్రాలును.

ప్రథమాంకము.

సంపూర్ణము.

శ్రీరస్తు

గర్వభంగము.

గరుడగర్వభంగము.

ద్వితీయాంకము.

ప్రథమరంగము.

ప్రదేశము:—శ్రీకృష్ణుని యంతఃపురము.

[శ్రీకృష్ణుఁడును సత్యభామయు నుచితాసనములపై
నుపవిష్టులై యుండగా తెరలేచును.]

కృష్ణ—(స్వగ) గర్వభంగనాటకమున బలరామగర్వభంగ రూపక ప్రథమాంకము ముగిసినది. ఇంక శేషాంక ప్రదర్శనమునకు వలయు నేర్పాటు లొనరింపవలయును. బలరామునివలె గరుడుండును. తానే బలాధికుడననియును, పవమానమానసతిరస్కృతవేగంబున నరుగ గలననియు గర్వించుచుండును. ఆతనికిఁగూడ నీసమయమున గర్వభంగ మొనరింపవలయును.

సత్య—నాథా! ఏమాలోచించుచుంటిరి! బావగారికి గల్గిం పరాభవము మీకుమాత్ర మపకీర్తి ఘటింపజేయకుండునా? ఆవిషయ మై యుపేక్షవహించుచుంటిరేల?

కృష్ణ—అంతకెక్కుడగు విషయము నన్నాకర్షించుచున్నది.

సత్య—ఆవిషయమేమో దెలుపదగిన ననుగ్రహింపుడు.

కృష్ణు—(స్వగ) జోక్యములేనిపనుల బ్రవేశించుట కీమెనుం దడుగు వేయుచుండును. కానిమ్ము. (ప్రకాశముగ) నీకంటె నా కాప్తులెవ్వరు. నీకెఱింగింపరానివిషయముండునా? ఒకభక్తశిఖామణి యనేక వత్సరములనుండి దర్శనమపేక్షించియున్నాఁడు.

సత్య—తప్పక యాతనిననుగ్రహింపవలసినదే.

కృష్ణు—అందులకే యాతనినిచ్చటికి బిలిపింపవలయుననిదలంచు చున్నాను గరుత్మంతుఁడున్న యెడల నాతనిదోడ్కొని వచ్చియుండును గదా?

సత్య—సంకల్పసిద్ధులు. అదే గరుత్మంతుఁ డరుదెంచుచు న్నాడు.

(ప్రవేశము—గరుత్మంతుఁడు)

గరు—నందనందనా! జోహారు, జోహారు.

కృష్ణ—వైనతేయా! కుశలమా? కూరుచుండుము.

గరు—మహానుభావా! తావకానుగ్రహమునకు గుఱియైన మాబోంట్లకు సేమంబునకు గొఱంతగల్గునా?

కృష్ణ—నిన్నొక కార్యార్థమై పంపవలయునని యాలోచించు చుంటిని. ఇంతలో నీవరుదెంచితివి.

గరు—ఆనతిండు.

కృష్ణ—ఉత్తరసముద్రతీరమున నొక్కవనచరుఁడు శ్రీరామ సందర్శనాపేక్షతోనున్నాఁడు. ఆతని నిచ్చటికి దోడ్కొనిరమ్ము

గరు—నిముషమున నాతని గొనివచ్చెదను సెలవిండు.

కృష్ణ—త్వరపడకుము. ఆతనితో నేమనిజెప్పెదవు? ఎట్లు దోడ్కొని వచ్చెదవు?

గరు—ఆతనితోఁ దమ యానతిజెప్పెదను రాకున్న యెడలబలిమి నైన గొనితెచ్చెదను.

కృష్ణు—ఎట్లో యాతని గొనిరమ్ము. కాని నీవించుకంతయాల స్యము చేసిన యాతడింకొక సముద్రతీరమున కరుగగలఁడు. చతుస్సముద్రముల నాతఁడనుదినంబునను గృంకులాడి దినమణికర్ఘ్యమొసంగుచుండును.

గరు—ఒక్కనిముషమున నాతని గలిసికొందును. మరుక్షణమునసే యిచ్చటి కాతని గొనివత్తును. సెలవిండు.

కృష్ణు—పోయిరమ్ము.

గరు—మహా ప్రసాదము. (నిష్క్రమించును.)

సత్య—నాథా! ఒక్కసందియముమాత్రము నన్ను బాధించుచున్నది.

కృష్ణు—ఏమది.

సత్య—ఆ శ్రీరామభక్తుని యిచ్చటికి రప్పించుటలో తమయభిమతమేమో దెలియకున్నది.

కృష్ణు—సత్యా! ఇంతమాత్రమైన తెలియజాలవా! నేను యాతనికి రాముడనై గాన్పింతును.

సత్య—తాము శ్రీరామావతారము ధరించిన నేను ధరణిజనయ్యెదను.

కృష్ణు—అట్లగుటకే యత్నింపవలయును. అప్లవగోత్తముఁడు పట్టాభిషేకదినమున జూచిన రామభద్రునే దిఁకింప నభిలషించుచున్నాఁడు. (స్వగతమున) ఈసత్యయు నధికముగా గర్వించియున్నది. ఇయ్యెదనున నీమెకును శృంగభంగము గావలయును.

సీ. అందచందములందు ♦ నరయంగ దనసాటి
గలవారు లేరని ♦ పలుకుచుండు
పతికూర్మి బడసిన ♦ సతినొందు నేనని
విడువకుండగ విఱ్ఱ ♦ వీగుచుండు

సిరిసంపదలలోన • సరివచ్చువారైన
నిలను లేరనుచు గ • ర్వించుచుండు
కులశీలములలోని • గొప్పగణించుచు
నితరకాంతల నీస • డించుచుండు
నెట్టిరూపంబు నేను ధ • రించియున్న
తదనుగుణ్యంపురూపంబు • దాల్చుదాన
ననుచు గర్వించు సత్యకీ • యవసరమున
గర్వభంగంబుసేయగా • గడగవలయు.

(ప్రకాశముగా) సత్యా! గరుడుఁడాప్లవంగపుంగవుని దోడ్కొనివచ్చిన గడా నేను రామావతారమును ధరించుట. అప్పటివిషయ మాలోచింతములెమ్ము. రమ్ము లోనికేగుదము. (నిష్క్రమింతురు.)

తెర వ్రాలును.

ద్వితీయరంగము.

(ఉత్తర సముద్రతీరమున నాంజనేయుఁడు శ్రీరామపద ధ్యానతత్పరుఁడై యుండ తెరలేచును.)

ఆంజ—రామచంద్రా! అచలాత్మజ నరయుటకు ముద్రిక నొసంగి పంపిననాడు, పట్టాభిషేకావసరమున నవరత్నకల్పితహార మొసంగి బహూకరించిననాఁడు, తదుపరి తారక మంత్రోపదేశమొనర్చిన నాఁడు నాపై నుంచినకూర్మి నేడు కఱవయ్యెనా? భవద్దర్శన మేల యొసంగకుంటివి. రామభద్రా! రామభద్రా! తొల్లిటి యనుగ్రహమే నాపై నుంపుము.

(అనుబంధమును పాడుచుండును.)

(ప్రవేశము—గరుత్మంతుఁడు.)

గరు—మధ్యాహ్నము గావచ్చినది. ఇప్పటికేని యావనచరోత్తముని దర్శింపజాలనైతిని. ఒక సముద్రతీరమునుండి యింకొకసముద్ర

తీరమున కరుగుచు మరల బయలుదేరిన సముద్రతీరమునకే వచ్చియున్నాను. ఇచ్చటనైన నామహాత్ముని దర్శనము లభించునో లభింపదో గదా ? (నలువైపులు బరికించి) అదే శ్రీరామధ్యానతత్పరమైన వనచరమొకఁటి గాన్పించుచున్నది. ఈతఁడెవ్వరో సమీపించి కనుగొందును. (సమీపించి) అయ్యా ! తామెవ్వరు ? శ్రీరామదర్శనాపేక్షతో నిల నిరీక్షించు ప్లవగోత్తములు తామగుదురా ?

ఆంజ—అవును. అయిననేమి ?

గరు—సత్యభామాసహితుఁడై యున్న కృష్ణుఁడు తమ్ముదోడ్కొనిరా ననుజ్ఞ యొసంగియుండెను.

ఆంజ—కృష్ణుఁడెవ్వరు ? ఆతఁడు నన్నేల దోడ్కొనిరమ్మనియెను ?

గరు—కృష్ణునే యెఱుంగవా ? దెలిపెదను వినుము.

సీ. చనుబాల విషమూని ♦ జనుదెంచి చంపగా
నెంచు పూతనను వ ♦ ధించినాడు
గగనంబునకు దన్ను ♦ గైకొని చనిచంప
నెంచు తృణావర్తు ♦ నొంచినాడు
ప్రేమనటించుచు ♦ పిలిపించి తనవీట
జంపనెంచిన కంసు ♦ జంపినాడు
దురభిమానముచేత ♦ దూషించు శిశుపాలు
నిట్టె చక్రమున వ ♦ ధించినాడు
గీ. యెన్నగానేల కపివర ♦ యెవనిలీల
లభినుతింప నశక్యమో ♦ యట్టికృష్ణు
నెఱుగవే ధరణి నవతార ♦ మెత్తినట్టి
పుండరీకాక్షుఁడని తల ♦ పోయుమయ్య.

ఆంజ—ఇంతమాత్రమున కాతని నవతారపూరుషునిగా దలంప వలయునా? ఆతనిమాట యటుంచుము. ముందు నీ వెవ్వడవు? ఎం దుల కిల్లరుదెంచితివి. ఇచ్చట నేనుందునని నీకెవ్వరు జెప్పియుండిరి?

గరు—నా స్వరూపమును జూచియైనను గుర్తింపలేకుంటివా? పన్నగశేయనునకు వాహనంబనగు ఖగేశ్వరుండను. ముల్లోకపరిపాలనా దక్షుండగు నప్పుండరీకాక్షుండె నీవిచ్చట నుందువని చెప్పియుండెను.

ఆంజ—ఏమో! నీ పలుకులు విశ్వసనీయములుగా గాన్పిం చుట లేదు. అయినను నేనా కృష్ణుని సందర్శింప దలచుకొనలేదు. వచ్చినత్రోవనే మరలిపొమ్ము.

గరు—రాకతప్పదు. ఆవిభునియాజ్ఞ పరిపాలింపబడవలయును.

ఆంజ—రాకున్న—

గరు—బలిమినైనం గొనిపోయెదను.

ఆంజ—ఎక్కడకు?

గరు—ద్వారకానగరమునకు.

ఆంజ—ద్వారకానగరమునకా! అందున్న బలరాముడట యెవ్వడో యెఱుంగుదువా?

గరు—శ్రీకృష్ణాగ్రజుండగు బలరామునే యెఱుంగకుందునా?

ఆంజ—నీవుచెప్పిన యవతారపూరుషుం డాతని యనుజున్మొడా?

గరు—అగును.

ఆంజ—నాచే నొకఘడియకుమున్ను పరాభూతుండై రణరంగ మునువదలి పరువిడిన యా బలరామానుజునికడకా నన్ను గొనిపోనెం చుట; పొమ్మావలకు.

గరు—కార్యసాఫల్య మొనరించుకొనకుండ నీ గరుండెన్నడును మరలువాడుగాడు. బలాత్కరించువఱకు రాకుండ నావెనువెంటరమ్ము.

ఆంజ—ఛీ మూఢుండా! పోయెదవాలేదా? (త్రోసివేయును.)

గరు—(దూరమునపడి లేచి స్వగతమున) ఏమరుపాటున నుండుటచే నిట్లయినది. అబ్బా! శరీరమెంతగా నొచ్చియుండెను. కానిమ్ము మరొకమారు యత్నించిచూచెదను. (ప్రకాశముగ) బలాత్కారముననైన నిన్ను గొనిపోకమానను. (సమీపించి) ఏమరుపాటున నుండుటచే ద్రోయగలిగితివి. ఈగరుడుడు హీనసత్త్వుడుగాడను డిపుడే చూడగలవు.

ఆంజ—ఏమీ! నీవుకూడ బలుడవా? కావచ్చును. నాచే ద్రోపుడుపడినవా డెవ్వడును యీవఱకు లేచియుండలేడు. నీబలమును గూడ నొకింత పరికింతు నాగుమాగుము. (ముక్కుపట్టుకొని జాడించి చెంపపై గొట్టి త్రోసివేయును. గరుడుడు దూరముగా బడును; లేవబోయి లేవజాలక హాహాకారములు సలుపుచు మూర్ఛిల్లును.)

ఆంజ—ఆహా! ఈపంద గతాసునయ్యెనేమో! (లేవదీసి) లేదు లేదు. మూర్ఛిల్లినాడు.

గరు—(మూర్ఛదేరి) మహాత్మా! నన్ను సంహరింపకుము.

చ. ఎరుకక మీమహత్త్వమును ♦ నెగ్గులుపల్కితి బుద్ధివచ్చె మీ
గురుకరుణాకటాక్షమునకున్ ♦ దగువాడను బ్రోవుమయ్య యీ
సరికె శరీరమంతయును ♦ చాలగ నొచ్చినదింకనైన నా
కరుగుటకై యనుజ్ఞను మహాత్మ ♦ యొసంగవె పోయివచ్చెదన్.

ఆంజ—బుద్ధివచ్చినదా! ఇంకెన్నడును మాబోంట్లకడ నేనే బలాధికుడనని గర్వించి పలుకకుము. ఇంక నీయెక్కసక్కెములుమాని వచ్చినదారి నేగుము నాకనుష్ఠానమునకు వేళయగుచున్నది. పొమ్ము.

(నిష్క్రమించును.)

గరు—అబ్బా! శరీరమంతయును నలగిపోయినది. (లేచుటకు యత్నించి) అయ్యో! పరుండగా నంతగా బాధలేదుగాని లేచుటకు యత్నించినంతనే చెప్పరానంతి బాధగనున్నది. ఏ యవయవమును స్వాధీ

నమున లేదు. కేళ్ళయందలి పటుత్వము పటాపంచలైనది. (మెల్లనలేచి) నేడు నాకు చక్కగ శృంగభంగమైనది. లోకమున నేనే బలాధికుడనని విర్రవీగితిని. కాని యీ వనచరాగ్రనిచేయి దగిలినంతనే గర్వమంతయు నంతరించినది. (నడువబోయి) ఆహా! దుర్భరము గానున్నది. ఆతఁడు సామాన్యునివలె గాన్పించుచుండునేగాని పరికింపగా నాతఁడొక దివ్యుడని దోచుచున్నది. ఈసంగతి కృష్ణున కెరిగించిన నాతఁడేమని దలంచునో—తొలుత నెట్లయిన నాతని దోడ్కొనివత్తునని బీరంబులువల్కి యిపుడు రిక్తహస్తుడనై పోయిన నాతడెంతిగా పరిహాసించునోగదా! కానిమ్ము రోలుదలదూర్చి రోకటిపోటునకు వెఱువనేల.

(నిష్క్రమించును.)

(తెర వ్రాలును.)

తృతీయరంగము.

ప్రదేశము—సత్యభామయంతఃపురము,

సత్య—నాథా! గరుత్మంతుఁడరిగి తడవైనది ఇంకను నాతడు రాకుండుటకుఁ గారణమేమైయుండును?

కృష్ణ—(నవ్వి) ఇప్పుడో యికనో వచ్చునులెమ్ము.

సత్య—నవ్వితిరేల?

కృష్ణ—నాభక్తుడు నను జేరవచ్చునని నేనుబలాటపటవలయునే గాని నాకు లేనియాత్రత నీకు గల్గినదని నవ్వితిని.

సత్య—మంచిది. (పెడమొగము పెట్టును)

కృష్ణ—ఇంతిమాత్రమునకే కోపగింపవలయునా? ఇప్పుడే మంటినని యాగ్రహింతువు. ప్రియా! ఆవిషయమటుంచుము. ఒకానొకవేళ గరుడుఁ డాభక్తుని దోడ్కొనివచ్చిన ధరణిజవేషమును నీవు ధరింపవలయు నందులకు సిద్ధముగా నుంటివిగదా?

సత్యా—అప్పటిమాట యాలోచింతము.

కృష్ణు—ఇంకను కోపమేనా? సత్యా! నీవు సీతాలతాంగి వగుదువుగదాయని నిస్సంకోచమున నుంటిని. ఆభక్తుఁడరుదెంచిన నీవి ట్లుపెడమొగమిడియున్న నామవసెట్లుండునో యాలోచింపుము. ఇంతియే గాదు ఆభక్తుఁడేమని దలంచునో కొలఁదిగ నూహింపుము.

సత్యా—సిద్ధముగా నుండుటకు గొనితేవలయునా ఏమి?

కృష్ణు—ఇప్పటికిఁగదా ప్రసన్నురాలవైతివి.

సత్యా—మాటిమాటికిని ప్రతిమాటకును వ్యాఖ్యానము చేయు చున్న కోపమురానివారుందురా?

(ప్రవేశము—గరుత్మంతుడు)

సత్యా—అదే గరుడుఁడు మాటలోననే యరుదెంచెను. వైన తేయా! నీకు దీర్ఘాయువగును

గరు—అయ్యో! ఇంకొకమారా కపివరుచెంత కనుపకుండిన యెడల దీర్ఘాయువే గలుగును.

కృష్ణు—ఆతనికొఱ కింకొకమారు పోవలసియున్నదా? నీవే కార్యమును సాధించుకొనజాలవైతివా?

సత్యా—ఓయీ! జరిగిన సమాచారమంతయును దెలుపుము. నాథా! యీతఁడిట్లనుచున్నాఁడేమి?

కృష్ణు—ఆతనివలననే వినవలెను.

గరు—ఆతనికొరకై నాల్గుదిగంతముల కేగితిని. ఆతని జాడ గానరాలేదు. మధ్యాహ్నమున కాతఁడుత్తర సముద్రముచెంత నుండు నని నారదమహాసీంద్రునివలన విని మరల నచ్చటకేగితిని. ఆతని దర్శిం చితిని. మీయానతి దెల్పితిని.

కృష్ణు—స్పష్టముగ నాతనితో నాడిన పలుకుల జెప్పుము.

గరు—సత్యాసహితుఁడగు శ్రీకృష్ణభగవానుఁడు నీకు దర్శన మొసంగ దోడ్కొనిరమ్మనియెను. అని పల్కితిని.

కృష్ణు—ఎంతపొరబాటు గావించితివి. ఆతడు శ్రీరామభక్తుడనుట దెలిపియుంటినిగాదా ?

సత్య—కడకాతఁడు వత్తుననియెనా ?

గరు—రాజాలననియెను. పైగా కృష్ణభగవాను డెవ్వడనియుపహాసించెను.

సత్య—బలత్కారముననైన నాతని గొనితెచ్చెదనంటివే ?

గరు—అట్లొనరింపయత్నించుటచేతనే చావుదప్పి కన్నులొట్టపోయినది. శరీరమున నిరుగని యెముక లేదనియే దలంచుచుంటిని.

కృష్ణు—నీవు చాల పొరబాటుగావించితివి. శ్రీరాముడే నిన్ను రావలసినదని యాజ్ఞాపించెనని దెలుపవలసినది గతజలసేతుబంధనమేల మరల నొక్కసారి యాతనికడకేగి నేను చెప్పినట్లుగాఁజెప్పుము.

గరు—ఇంక నేనచ్చటి కేగజాలను. ఇదివఱకాతఁడు ప్రథమ తప్పిదముగాగణించి వదలియుండెనుగాని యింక సైరింపడు. ఇంక నాతని కంటబడిన మృత్యువు తప్పదు.

కృష్ణు—ఆతనిని లోగొనునుపాయమునుజెప్పితినిగాదా ! ఇంకను సంకోచించెదవేల ?

గరు—దేవాదిదేవా ? నాయవస్థ యేమని జెప్పకొందును !

చ. నడువగ కాళ్ళురావు గగ ♦ నంబున కేగుటకేవి ఱెక్కలుం
విడివడకుండె దేహమది ♦ బిట్టుగ సోలి కృశించెనిట్టులో
యడుగొక యోజనంబుగ ప్ర ♦ యాసముతో జనుదెంచియుంటి నే
వడువున క్రమ్మరన్ జనుట ♦ పద్మవిలోచన నన్ క్షమింపుమా !

సత్య—బలాధికుండవైన నీవే యింతగా నలసియుంటివా ?

గరు—(శిరము వంచుకొనును.)

కృష్ణు—వైనతేయా ! నీయాయాసము దీరునట్లను గ్రహించితి నిక మారాడకుము. పోయిరమ్ము. ఆపవనజునితో శ్రీరామచంద్రుడు

జానకీసహితుఁడై నిన్ను బిలువఁబంచెనని చెప్పుము. ఆతఁడామాటవిని నదియేతడవుగా నిన్ను బహూకరించి నీవెనువెంట రాఁగలఁడు.

గరు—అప్పుడును యాతఁడు రాకున్న —

కృష్ణు—మారాడక వెనుకకు దిరిగిరమ్ము.

గరు—మహాప్రసాదము (నిష్క్రమించును.)

సత్య—ఇప్పుడైన నీతఁడు కృతార్థుఁడగునా ?

కృష్ణు—మారుతాత్మజుఁడు శ్రీరామునాజ్ఞ జవదాటియెఱుగఁడు. కాన నవశ్యమాతఁడు గరుడునితో నరుదెంచును.

సత్య—పట్టాభిషేకమున ననంతవైభవమున వెలుంగు రామభద్రుని దర్శనముగదా పవనాత్మజునకు జూపనెంచిరి. ఇట లక్ష్మణాదులెవ్వరు.

కృష్ణు—సత్యా ! ఇంతమాత్రమెఱుంగవా ! బలభద్రుడే లక్ష్మణుడు. సాత్యకియే భరతుఁడు నేను రాముడను రుక్మిణియే సీత.

సత్య—ఏమంటిరి ! రుక్మిణి జానకియగునా ! ఆహా ! నేటికిగదా మీకెవ్వరిపై ననురాగముగలదో తెల్లమయ్యెను. కల్లఁబొల్లి ప్రేమ లొకచోటను గాఢానురాగ మొకచోటను నిల్పుట పురుషులకు నైజముకదా ?

కృష్ణు—నీపై నాకనురాగము లేదా ! ఈమాత్రము గుర్తెరుఁగవా ? నా ప్రవర్తనమునుబట్టి యైనను నాకు నీపై గల యనురాగమిట్టిదని తెలియజాలవా !

సత్య—ప్రవర్తన మొక్కటియేగాదు. పలుకులుగూ మీయనురాగ ప్రకటన మాచరించుచున్నవి. సందేహ మెంతమాత్రము లేదు.

కృష్ణు—నిష్కారణముగా నాపై నలుగుచుంటివి. ఇపుడేమంటినని యాగ్రహించితివి.

సత్య—ఆమాత్రము జ్ఞప్తియుంచులేకుండునా? ఇంతకును యొకరి ననవలసినపనిలేదు. పురుషుని నమ్మి వరించిన చూపుదాని ముక్కుసెవులు గోయవలయును.

కృష్ణ—సత్యా! నీకేలోపము గల్గించితిని. సపత్నులందరిలో నను నిన్ను ప్రాణాధికురాలిగా నెన్నుచు నీయనురాగ తరంగడోలికల హాయిగ నూయెలలూగి యానందించుచు, భవత్సాహచర్యలాభంబున నెన్నిదిగన్న పెదవలె సంతసించుచు నీకెట్టికొఱంతయు గలుగకుండ నరయుచుంటినే! అట్టియెడ నకారణముగ నిందమోపుట న్యాయమా!

సత్య—ఎట్టి కొఱంత గలుగవలయునో యట్టికొఱంతయే గల్గినది. తక్కిన వెన్నియున్న నేమిలాభము.

కృష్ణ—ఎట్టికొఱంతగల్గినది?

సత్య—పత్యనురాగమే కొఱంత. ఇంక లెక్కకుమీరిన యైశ్వర్యము లెన్నియున్నను ప్రయోజనమేమి. తరుణీమణు లభిలషించు పత్యనురాగము లేదుగదా?

కృష్ణ—నీపై నాకనురాగము లేదనుచుంటివా? ఇందులకు ప్రత్యక్షముగ నీయుపవనంబున నాటబడియున్న పారిజాతమున్నది సుమా!

సత్య—ఎప్పటిపలుకులో యిప్పుడు నుడువనేల?

కృష్ణ—ఇపుడు నీవాకాంక్షించున దేమి?

సత్య—నేకాంక్షించున దేముండును. తమయనుగ్రహవిశేషమున వాంఛితార్థము లనయము సిద్ధించుచునేయున్నవి. ఈమృదువచనములును లాలనలును క్రొత్తలుగావు.

చ. అవసరమున్న వేళ హృద • యంగతమించుక దెల్పలేక నో
యువతి భవాదృశుల్ జగతి • నుండరటంచును మోముముందరన్

వివిధ విధంబులన్ బలికి • ప్రేమనటించుచు నుండి పిమ్మటా
యువతిని వీడగావలతు • రుల్లములోనను పూరుషాగ్రణుల్.

కృష్ణు—సత్యా! నీవు బేలవుసుమా!

గీ. ఎన్నివిధములబోధించు • చున్ననీవు
నాదుపల్కులలోని యాం • తర్యమింత
దెలియజాలకకోపించి • పలికెదేల
వలయునెడనీవె సీతవై • నిలువుమబల.

కాని యొక్క విషయమాలోచించుకొనుము. ఆనచ్చుభక్తశిఖామణి జానకిని చక్కగా నెఱుంగును. అతని కేమాత్రమనుమానము దోచినను రసాభాసమగునుసుమా!

సత్య—మీవలపులపంటయగు రుక్మిణి జానకియై నిలువగలదు గదా?

కృష్ణు—నావలపుల పంటవునీవు. నీవె ధరణిజవై నిలువుము. ఇంక నారుక్మిణి ప్రసక్తి యెత్తకుము. నీయిచ్చవచ్చిన తెరంగున జానకి రూపము ధరింపయత్నింపుము.

సత్య—మీయాజ్ఞానుసారముగనట్లె యత్నింతును.

కృష్ణు—నాయాజ్ఞ యటుండనిమ్ము. నీయభిలాషదీరుటకై మున్ముందు యత్నింపుము.

సత్య—మంచిది. (నిష్క్రమించును.)

కృష్ణు—గీ. ప్రబలగర్వోష్టమైన యీ • భామయిట్లు
తనకు జోక్యంబులేనట్టి • పనులలోన
నడ్డమైనిల్చి తుదకు హా • స్యాస్పదముగ
నోడిపోవుట వింతగా • నుండబోదు.

లోకమున నిట్లపహాస్యమునకు గురియగుట యీమెకు ప్రాయికమై యున్నది కానిమ్ము, జరుగనున్నది జరుగకమానదు. ఈపర్యాయ

మీామెకు దగినట్లు శృంగభంగమొనర్చిన నీకమ్మయిద్దరికి నిపుల ప్రవేశింప కుండును. ఈ మాసంభాషణమే యాపదోవు సత్యాగర్వభంగమునకు ప్రస్తావన యగును. (నిష్క్రమింతురు.)

తెర వ్రాలును.

తృతీయరంగము.

ప్రదేశము:—ఉత్తరసముద్రతీరప్రాంతము.

(హనుమంతుఁడు శ్రీరామధ్యానపారీణుఁడై యుండెను ... లేచును.)

ఆంజ—రామా! సంసారసాగరోత్తారకనామా! రఘువంశకులాబ్ధిసోమా!

ఉ. ఏమరుపాటునచేనయిన • యీర్ష్యవహించియున్న నఘౌఘమున్
తామసమూలమైన పరి • తాపభరంబుననైన గాని నీ
నామము నుచ్చరించిన జ • నాళికి మోక్షమొసంగుచుంటి వి
ప్రేమముతో త్రిశుద్ధిగను • వేఁడెడు భక్తుల కేమియిచ్చెదో.

ముల్లోకంబుల నెంతగా బరికించినను రామతారకమంత్రంబుకంటె నుత్కృష్టమగు సంసారసాగర తరణోపాయము గాన్పింపదు.

గీ. అలఘుసంసారవారాశి • యందుజిక్కి
దిక్కు తెలియక నల్లాడు • దీనజనుల
కెల్లసులభముగను మోక్ష • మిచ్చునట్టి
మంత్రరాజంబు తారక • మంత్రమొకటె.

భవద్దివ్యతారకనామ మహాత్మ్యమజరుద్రాదులకుగూడ తెలియదన మాబోంట్లను వేరుగజెప్పవలయునా? రామా! రఘురామచంద్రా! మంగళకరవిగ్రహంబగు నీపావనమూర్తిని సందర్శించినట్లనుగ్రహింపుము. ఎన్నఁడో చూచియుండుటచే యానేత్రములు భవద్దివ్యసుందర

విగ్రహసందర్శనాభిలాషతో మూతలువడక పరితపించుచున్నవి. నీవను గ్రహింపకున్న నాకు దిక్కెవ్వరు.....నాఁడా నారదమహానీంద్రుని పల్కులనుబట్టి యాలోచింపగా యుగభేదము గల్గినట్లు దోచుచున్నది. కాని, యానాఁడు నారదుఁడు నన్ను దోడ్కొనిపోయిన పట్టణ మయోధ్యవలె గాన్పించినది. మాకామభద్రుడుకూడ నందే యుండెనేమో? మరల నానారదమహానీంద్రుడైన గాన్పింపడయ్యెను. ఇపుడా రామచంద్ర ప్రభుని దర్శించుట కనువైనమార్గ ముపదేశించువారి నాత్మబంధువుల వలె భావించి నమస్కరింతునుగదా?

(ప్రవేశము—గరుడుఁడు.)

గరు—(భయమున వడకుచు ప్రవేశించి తనలో) ఇప్పుడీతని పలుకులతీరు జూడ నితనికి రాముని యెడ నెక్కుడుభక్తియని తోచుచున్నది. కావున నింక భయపడవలసిన పనిలేదు.

ఆంజ—(గరుడుని జూచి) తిరిగి వచ్చితివా? ఇంకను బుద్ధిరా లేదా? మరల నీకొకపరి చేయిగలపెదవా?

గరు—(వడకుచు) లేదు లేదు. శ్రీరాముడు—

ఆంజ—ఏమిటది. శ్రీరాముఁడా! నీవాతని నెఱుంగుదువా?

గరు—(భయముతో) నన్ను రక్షించుట కభయమొసంగిన గాని జెప్పదలచుకొనలేదు.

ఆంజ—భయపడకుము ఊరక నిన్ను శిక్షించునంతటి మూర్ఖుఁడనుగాను. చెప్పదలచిన దేదో త్వరితముగా జెప్పుము.

గరు—మీరు శ్రీరాముని జూచుమార్గము దెలిపినవానిని బంధువునిగా భావింతునంటిరి కాదా?

ఆంజ—అవును

గరు—అందువలననే నాభయమును చాలవరకు విడచివచ్చితిని.

ఆంజ—ఏమీ! నీవు శ్రీరామభద్రుని దర్శింపగల్గుమార్గముప దేశింపగలవా? ఏదీ యామార్గము త్వరలోజెప్పుము. ఇంకను జాలము చేసెదవేల? నీకు తెలియదా యేమి?

గరు—భయావేశుఁడను. మీరు తొందరబెట్టిన జెప్పవలసిన దంతయు మరచి వేరొండు జెప్పెదనేమో!

ఆంజ—ఓయీ! పిరికివాడా! నిన్నేమియు చేయననుచున్నను భయమును వదలకుంటివా? తొందరపాటునువదలి చెప్పదలచినదేమో నిస్సంకోచముగా నెమ్మదిగా జెప్పుము.

గరు—సీతారాములు తమకుదర్శనమొసంగుటకై బిలువనంపిరి.

ఆంజ—ఇయ్యది నిక్కువమా! నీవామహామహుని సందర్శించితివా? ఆతడే నిన్ను నాకడ కంపియుండెనా? ఏలమాట్లాడవు?

గరు—(భయముతో) అసత్యమాడిన మేన ప్రాణములు నిలువవని దెలియును. నిక్కమే వచింపుచుంటిని.

ఆంజ—ఆహా! మారామచంద్రున కెంతవాత్సల్యము. వత్సా! ఈమాట తొలుతనే యేలవచింపవైతివి, ఆతడెక్కడున్నాడు? అయోధ్యయందే నాకు దర్శనమొసంగనెంచియుండెనా? ఆరఘుకులాన్వయాంభోధిచంద్రుడు మాతల్లియగు జానకితోగూడ కుశలియైయున్నాడె?

సీ. పలుకునా శ్రీరామ • చంద్రుడుయెపుడేని
పవనాత్మజుడు తన • భక్తుడనుచు
తలచునే మాతల్లి • ధరణిజ యెపుడైన
నంజనాతనయుని • నాత్మలోన
భావించుచుందురే • భరతాదులెపుడైన
హనుమంతుడనువాడు • యెప్పుడనుచు
స్మరియించుచుందురా • సౌమిత్రియెపుడైన
శ్రీరామబంటని • చిత్తమందు

గీ. జాలమొనరించెదేల • నిష్కారణముగ
వారలెల్లరు తమపాద • భక్తుడనుచు
మెంచినను ధన్యతమునిగా • వించుకొఱకు
పిలువబంపిరేవేగ వి • న్పింపుమయ్య.

ఇంకను విశేషములేమైన నున్న దెలుపుము. పలుకవేమి—

గరు—మహాత్మా! ఇంతకంటె విశేషమేమిగావలయును? కాని యెడతెరిపిలేకుండ ప్రశ్నలువేయుచుంటిరే యేప్రశ్నమునకు ముందుగా సమాధాన మొసంగుమని మీయభిప్రాయము ఇట్లు సంభాషణలో కాలమును వ్యర్థముగా వ్యయింపక నడచుచు మాటలాడు కొనవచ్చును. రెండు బయలుదేరుడు.

ఆంజ—మంచిది బయలుదేరుము.

(ఇరువురును నిష్క్రమింతురు.)

(తెరయెత్తబడును—పునఃప్రవేశము—ఆంజనేయుఁడు.)

ఆంజ—అడుగామడగా నడచుచున్న సీతనితో ప్రయాణము సలుపుట కష్టముగానున్నది. ఆదే భాస్కరుఁడు నభోమధ్యమున కరు దెంచెను. అర్ఘ్యమొసంగుటకు సమయమైనది. ఈగరుడుని జాడయే గాన్పింపకున్నది. ఆతడియ్యెడ కరుదెంచునంతలో త్రయీమయున కర్ఘ్యమొసంగుటకై యుత్తరసముద్రతీరమున కరిగి మరలివచ్చెదను.

(నిష్క్రమించును.)

(ప్రవేశము—గరుడుఁడు)

గరు—ఆహా! యేమీతని యద్భుతశక్తి. మనోవజంబుకంటె నెక్కుడగు వేగమున నేగగలవాడనని నేనెంతయు గర్వపడియుంటిని. నన్నీవిషయమున మించినవాడుండబోడని గర్వించితిని. ఆగర్వమంతయు నశించినది. ఈతనితో సమముగా నేగుటకేని యశక్తుడనై యుంటిని.

ఏమిచేయుదును. ఈవరకాతఁడిక్కడి కరుదెంచి యొకించుకసేపు నిలచెను. అంత సంతసించుచు నెట్లయిన నాతని గలసికొనవలయునని నేను యుబలాటముతో వచ్చితిని. శరీరమంతయును నకారణమున నలసి యున్నది.

(ప్రవేశము—హనుమంతుఁడు.)

ఆంజ—ఓయీ! ఇంకను యిచ్చటనే యుంటివా? నీ నెంతికును రామింజేసి మధ్యాహ్నమగుటచే నుత్తరసముద్రతీరమునకుబోయి యాహ్నికముల దీర్చుకొని వచ్చితిని.

గరు—(తనలో) సాధ్యమగునా? (ప్రకాశముగ) మహానుభావా! తమపల్కు లాలించినంతనె వెఱగు జనించుచున్నది. తమతో సమానముగ రాజాలను. గమనవేగ మొకింత తగ్గించి యనుగ్రహింప వలయును.

ఆంజ—(నవ్వి) అట్లే యొనర్చెదను రమ్ము.

(ఇరువురు నిష్క్రమింతురు.)

ద్వితీయాంకము సంపూర్ణము.

శ్రీరస్తు

గర్వభంగము.

సత్యభామా గర్వభంగము.

తృతీయాంకము.

ప్రథమరంగము.

ప్రదేశము—రుక్మిణి యంతఃపురము.

(శ్రీకృష్ణుడు—రుక్మిణి ప్రవేశించియుండ తెరలేచును.)

రుక్మి—తామీవిషయమున నుపేక్షవహించుటవింతగానున్నది.

కృష్ణ—నేనుగూడ మరల పరాభవము నొందవలయుననియేనా నీయభిప్రాయము?

రుక్మి—మరల ననుచుంటిరేమి? ఈవఱకొకసారి పరాభవమంది యుండిరా?

కృష్ణ—లేదా? మరచియుంటివిగాబోలును.

రుక్మి—లేదు లేదు. అట్లయిన నావనచగు డార్తకోటిలోనివాడ నుటయే నిక్కము. పవనాత్మజు డిచ్చటికేల వచ్చియుండెను?

కృష్ణ—ఏమో! ఎవ్వరికెఱుక?

రుక్మి—మీకు తెలియని విశేషములుండునా!

ఉ. ఎన్నగరాని రూపముల ♦ నెన్నిటినో ధరియించి లోకమం
దన్నిటనుండి లోకముల ♦ నంటియు నంటక తామరాకుపై
నున్నజలంబు కైవడిని ♦ యుండిన మీరలెరుంగనట్టి దే
మున్నది యిట్లు వింతగ మ ♦ నోహర బల్కిన నమ్ముదాననే.

కృష్ణు—(నవ్వి) నాయర్ధశరీరమవగు నీవుకూడ నెరుగని విషయములుండనేయుండవు. ఇంక నేను జెప్పవలసిన దేమున్నది?

రుక్మి—చెప్పనక్కరలేదు లెండు. ఆలోచింపగా నేను తొలుత నడిగినదానికికూడ శ్రీకృష్ణమాయావిలాసమే కారణమని స్పష్టపడుచున్నది.

కృష్ణు—అందు నాయొనర్చినదేమున్నది? గర్వితులు నైసర్గికముగా నెవ్వడో యొకప్పుడు భంగపాటొందుదురు. గర్వించినవారలకెల్లరకును దగినట్లు గర్వభంగముగాకున్న యెడ ప్రపంచవ్యవహారమంతయు నష్టిపోవదా?

రుక్మి—(నవ్వుచు) తమ పలుకులతీరుజూడ నింకను గొందఱు గర్వితులకు గర్వభంగము గావలసియున్నట్లు గాన్పించుచున్నది.

కృష్ణు—అట్లని నేను వచించుచుంటినా? ఆవిషయమునకేమి. అంజనాసుతుని గొనిరా గరుత్మంతుఁ డరిగినాఁడు, త్వరలో రాగలడు.

రుక్మి—ఆతనిని సన్మానించుటకు చేయవలసినదేమున్నది. శ్రీరామచంద్రుని జూపితిరా యుబ్బొంగిపోవును.

కృష్ణు—ప్రియా! మరచితివా? ఆతఁడు పట్టాభిషేక రాముని గదా సందర్శింప నెంచియుండెను.

రుక్మి—ఘటనాఘటన సమర్ధులగు మీరు తలచుకొనిన సర్వము సిద్ధమగును.

కృష్ణు—గరుడాతనిని సత్యభామా యంతఃపురమునకు గొనివచ్చును. నీవుకూడ నక్కడకు రావలయును.

రుక్మి—తమయాజ్ఞను జవదాటగలనా! కాని చెల్లెలు కించపడునని యాలోచించుచుంటిని.

కృష్ణు—ఆమె యేమనుకొనునో యని సంశయింపకుము. ధరణిజ పాత్రను ధరించుట కామెయాత్రత పడుచున్నది. ఆయుబలాటమున నుండుటచే నీరాకయే గమనింపదు. గమనించినను నేనచ్చటనుండ నిన్నామె నొవ్వనాడునా?

రుక్మి—ఆమె నన్ను నొవ్వనాడుననిగాదు, కానిండు. నేనువచ్చెదను. ఆమె ధరణిజరూపమును ధరింపగలదనియే తలంచి ప్రేరేపించితిరా ?

కృష్ణు—ఒకరిచే ప్రేరేపింపబడునంతటి తెలివిలేనిదిగాదు.

రుక్మి—ఆమెయే యందులకు సిద్ధపడినదా ? అయిననేమి ? మీరు కోలదిగా యత్నించిన యామె నా ప్రయత్నమునుండి మరల్మగలరు.

కృష్ణు—నీసమక్షముననే యామె కందుగల కష్టసుఖముల దెల్పి వారించెదను. నీవు త్వరలో నచ్చటికిరమ్ము. ఇంక నేనేగెదను.

రుక్మి—మహాప్రసాదము.

(కృష్ణుఁడు నిష్క్రమించును.)

రుక్మి—జగన్నాటకసూత్రధారుఁడగు మనోహరుని విచిత్ర చర్యల యింగిత మెఱుఁగగలవారెవ్వరున్నారు !

గీ ఈతఁడొనరించు పనులలో • నేవిశేష
మిమిడియుండునో కడకది • యేవిధాన
ఫలితమొసగునో దెలియగ • బ్రహ్మకైన
తరముకాదనుటెల్ల స • త్యంబకాదె.

ఈతని విచిత్రనాటకమున కాతఁడే వ్యాఖ్యానమొనరింపవలయునుగాని యన్యులకు సాధ్యమగునా ? కనులకల్మి కాపరాత్పరుని లీలలఁగనుచు సంతసించుచుండవలసినదే. సత్యాదేవి యంతఃపురమునకేగిన్నను యేనేమియు నెఱుంగనట్లె ప్రవర్తింపనలయును.

(ప్రవేశము—జాంబవతి.)

జాంబ—అక్కా ! ఏమిచేయుచుంటివి. నిన్నొక్కటి యర్థింప వచ్చితిని.

రుక్మి—రమ్ము కూరుచుండుము. ఏదో గొప్పగాజేసి మన్నించుచుంటివేమి ? మనమందఱమును సమానులమనుమాట మరువకుము. నావలన గావలసినపని యేమున్నది.

జాంబ—నేను నాజనకుఁడరుదెంచియుండెను పుట్టినింటినిజూచి రావలయునను బుద్ధి జనించుచున్నది.

రుక్మి—ఈసంగతి నాథున కెఱిగింపలేదా ?

జాంబ—ప్రాణేశ్వరుఁడిచ్చట నున్నాడని విని వచ్చితిని. కాని నేను వచ్చుటకుముందే నారు సత్యాదేవిచెంత కరిగిరట.

రుక్మి—అవును. ఇప్పుడే యిటనుండి వెడలియున్నారు.

జాంబ—నావాంఛిత మాయనకుదెల్పి నీవెట్లయినను సమ్మతింప జేయవలయును.

రుక్మి—ఈమాత్రమునకేనా యర్థించుచుంటివంటివి. సాధ్యమైనంతవఱకు యత్నించెదను. మన మిరువురమును సత్యాదేవిగృహమునకరిగి యాతనికి యీసంగతి దెలుపుదము.

జాంబ—ఆమె మనల జూచినంతనే కారము నూరుచుండునే !

రుక్మి—ఆమె కోపమును శాంతింపజేయ విభుటచ్చటనే యున్నాడు. ఇంక వెఱచుటెందులకు రమ్ము.

(ఇరువురును నిష్క్రమింతురు.)

తెర వ్రాలును.

ద్వితీయరంగము

ప్రదేశము—సత్యభామ యంతఃపురము.

(సత్యాశ్రీకృష్ణులు యథోచితాసనములపై నుపవిష్టులై యుండగా తెరలేచును.)

కృష్ణ—సత్యా! ఈపర్యాయము గరుత్మంతుఁడు కృతకృత్యుడై రాగలఁడు. నీవు త్వరలో జానకిరూపము ధరింపవలసియుండును.

సత్య—ఏనిముషమున జానకిరూపముధరింపవలయునన్న నానిముషమున సిద్ధమై నిలువగలను. పరికరములన్నియు సిద్ధపరచియుంచితిని.

కృష్ణు—కాని, సత్యా! నీవిందు కృతార్థురాలవు కాజాలవేమో యనుసందియమింకను నన్ను విడువలేదు. ఎందులకైననుమంచిది గూరుక్మిణివిగూడ నిచ్చటికి రావలసినదని వర్తమానమంపుదునా ?

సత్య—ఏలవృథాశ్రమ, తమరుపిలపించినను యామెవచ్చుట సత్యము. ఆమె యగ్రగణ్యురాలు. మాబోంట్ల గృహములకు వచ్చుటయే యామె లాఘవముగా దలంచును. అట్టియెడనామె నాహ్వానించు టెందులకు ?

కృష్ణు—(స్వగతము.) ఇట్టిదేగదా ప్రపంచ స్వభావము.

గీ. మూఘుడగువాడు తనయల్ప ♦ బుద్ధిచేత
లోకులెల్ల మూఢులనుచు ♦ లోదలంచు
దుష్టుఁడగువాడు తనదైన ♦ దృష్టియందు
నెల్లరును దుష్టులనిలో ♦ నెంచుచుండు
అట్టులీ సత్యయునుతన ♦ యవగుణంబు
నితరులందున మోపి హా ♦ క్షించుచుండు
అహహ ప్రకృతికినైజ ♦ మైనయట్టి
విధులమీరంగ నలవియే ♦ విధునికైన.

(ప్రకాశముగ) సత్యా! ఊరక రుక్మిణియంతరంగ మెఱుంగక నామె నట్లాడదవేల ?

సత్య—నిజమాడిన నిష్టూరమా! ఆమెస్వభావము నేడెల్పితిని. మీరు వార్తలంపినకాదు. మీరేగి యిచ్చటికి రావలసినదని పిలిచినను యామె యిచ్చటికిరాదు.

కృష్ణు—నీవిందు పొరబడుచుంటివినుమా !

(తెరలో) దేవా! రుక్మిణిదేవిగారు తమతో ప్రసంగించుటకై జాంబవతి తోగూడ నిట్లరుదెంచియున్నారు.

కృష్ణు—సత్యా ! ఇప్పుడేమందువు. వచ్చినవారిని పొమ్మను టెందులకు. నీవేగి వారల దోడ్కొనిరమ్ము.

(సత్య (నిష్క్రమించును.)

కృష్ణు—(స్వగ) ఆడవలసిన నాటకమునకు వలయుపరికరముల నేకరించుటయైయున్నది. గరుడుని రాకయే యవశిష్టముగానున్నది.

[ప్రవేశము—సత్య-రుక్మిణి-జాంబవతి.]

రుక్మి—నాథా మన్నింపవలయును తమతో నొక యవసర విషయమును మనవిచేసుకొన నేనిట్లరుదెంచితి.

కృష్ణు—నీవేల శ్రమపడవలయును. ఎవ్వనిచేనైన వార్తనంపిన నేనే వచ్చియుందునుగదా ?

సత్య—(తనలో) ఈతఁడెంత మోసగాఁడు. ఈమాత్రపు కలుపుగోరుమాట యొక్కనాడైన మాటలాడియుండెనా ?

కృష్ణు—జాంబవతినిగూడ వెంటబెట్టుకొని వచ్చితివేమి ?

రుక్మి—ఆమెయే తమతో నొకవిషయమును మనవిచేయవలసినదనుటచే నామెనుగూడఁ దీసికొని రావలసివచ్చినది.

కృష్ణు—ప్రియా ! ఆమెకుగూడ శ్రమగల్గించితివా ?

జాంబ—(తలవంచి యూరకయుండును.)

రుక్మి—జాంబవంతు డరుదెంచియుండెను. ఆమెకు పుట్టినింటిని జూచి రావలయుననియున్నది. స్వవిషయమగుటచే స్వయముగా మిమ్మడుగుటకు సంకోచించుచున్నది.

కృష్ణు—నేనాతఁడరుదెంచెననుట యెఱుంగుదును.

రుక్మి—అతఁడు తమదర్శనమపేక్షించి నిలచియుండెను.

కృష్ణు—(జాంబవతితో) పుట్టినింటిపై నంతమమకార మెందుల కుండవలయునో తెలియదు.

జాంబ—కనిపెంచినవారి నొక్కపరి జూడబోవుటగూడ మమకారమనిపించుకొనునా ?

సత్య—ముచ్చటపడుచుండ మీరేల యడ్డుచెప్పవలయును.

రుక్మి—పుట్టినింటిపై ప్రేమలేనివారెవ్వరు. పురుషులకు మాత్రము తల్లిదండ్రులపై యనురాగముండదా ?

ఉ. పుట్టినదాది కష్టముల ♦ బొందుచు పెంచి యొకయ్యచేతిలో
బెట్టిన తల్లిదండ్రులను ♦ వేడుకకై కనుగొంటకేనియుఁ
బట్టికి చెల్లదొక్కొతమ ♦ వారలపై యభిమానముండినన్
చెడ్డగునొక్కొ యీవిధిని ♦ చేయక పూరుషులైననుందురే.

కృష్ణ— ముప్పురకొక్కడ నెట్లు సమాధాన మొసంగగలను.

రుక్మి—(నవ్వుచు) నొక్కొక్కరికే ప్రత్యుత్తర మొసంగుడు, కాని మనలోమనమిట్లు మాటలాడుకొనుచు నింటికివచ్చిన బాంధవుని సన్మానింపకుండుట లగ్గుగాదు. ఆతని లోనికి రప్పింపుడు.

కృష్ణ—ఆవిషయమే నేమరియుండలేము. రామభక్తాగ్రగణ్యుండగు నాతనికిగూడ రామభద్రుని రూపంబున నే దర్శన మొసంగుదును.

రుక్మి—జాంబవంతులుగాక వేరొకభక్తుండుగూడ శ్రీరామచంద్ర దర్శనలాభమును బడయగలడా ?

కృష్ణ—అగును.

రుక్మి—పవనాత్మజుఁడా ?

కృష్ణ—అవును. ఆతఁడిప్పుడే రాగలడు.

రుక్మి—(సత్యతో) చెల్లెలా ! నాథుడు శ్రీరామావతారమును ధరించియుండ జూచి సంతసించుట కనుజ్ఞయొసంగువలయునని ప్రార్థించుచుంటిని.

కృష్ణ—(సత్యతో) ప్రియా ! ఇందులకు నీవనుమతించెదవని తలంతును.

సత్య—(తనలో)ముందలికాళ్ళకు బందమువై చినపిమ్మల నటునిటు బోవులకు వీలులేదుగదా! (ప్రకాశముగ) నాథా! ఇంత మాత్ర మడుగవలయునా?

కృష్ణు—(జాంబవతితో) పూజ్యులకు మామగారికి పావనిరాక యెఱింగింపుము. ఇంతలో నాతని బిలువనంపెదను.

జాంబ—చిత్తము.

(జాంబవతి నిష్క్రమించును.)

కృష్ణు—సత్యా! ఇంకను జాలమొనర్చెదవేల? గరుడరుదెంచు సమయమైనది. లోనికరిగి తత్ప్రయత్నమున నుండుము.

సత్య—నిముషమున నచలాత్మజనై మరలివచ్చెదను.

రుక్మి—చెల్లెలా! యచలాత్మజరూపమున ధరింపనుంటివా? అసాధ్యములగు పనులకై యత్నించుట దగిదని దోచుచున్నది.

సత్య—నీబోట్లకయ్యది యసాధ్యమే కావచ్చును. ఇందు నిక్కముగ నీవు పొరబడుచుంటివి.

రుక్మి—కావచ్చును. కాని యొక్కసంగతిమాత్ర మాలోచించితివో లేదో?

ఉ. వచ్చెడివాడు భక్తుడగు ♦ వాయుతనూజుఁడు, యెట్టులెట్టులో
యచ్చికబుచ్చికల్ సలిపి ♦ యాతని నేర్చున మోసగింపగా
వచ్చునటంచు నెంచితివె ♦ భామరో యాతఁడు జానకీసతీ
పొచ్చెములేక గుర్తిడగ ♦ బోలునటంచుమదిం దలంచితే.

కృష్ణు—దేవీ! రుక్మిణీ! ఆతఁడట్టివాఁడను టీమెయెఱుంగును. పైగా ముచ్చటపడుచున్నది.

సత్య—(అపవారించి) అట్లుజెప్పుటెందులకు. ఈమెయే ధరణీజ పాత్రము ధరింపగలదనుఁడు.

కృష్ణు—(అప) అదేచెప్పఁబోవుచుంటిని. (ప్రకాశముగ) రుక్మిణీ దేవీ! ఈ విషయమున నామెకృతనిశ్చయురాలై యున్నది. ఆమెకే యీ గౌరవమొసంగుట కేను సంకల్పించుకొంటిని.

సత్యా—(స్వగ) నాథుఁడు నిష్పక్షపాతిముగ బలుకుచున్నాఁడు.

రుక్మి—మాచెల్లెలికట్టి గౌరవము లభించుటయే నాకు సంతోషము. కాని పవనజుఁడసాధ్యుఁడగుటచే నాతఁడీమెను గుర్తించినచో—

సత్యా—అప్పటిమాట యాలోచించుకొనవచ్చును.

కృష్ణ—దేవీ! ఇంక వ్యవధానములేదు.

సత్యా—ఇదేక్షణమున సీతనై చనుదెంచి మిమ్మెల్లర నాశ్చర్యమగ్నులఁ గావించెదను. (నిష్క్రమించును.)

రుక్మిణి—నాథా! యిదేమి! ఇదేనా మీరామె నా ప్రయత్నమునుండి మరలించుటకు చేయు ప్రయత్నము?

కృష్ణ—అప్పుడే మైనదా?

రుక్మి—ఇంకను సమయమున్నదా?

కృష్ణ—ఆమెను యత్నింపనిమ్ము. తరువాత నేవగచినట్లును వాత పెట్టినట్లును మందలింపవచ్చును.

రుక్మి—మీమహిమ లెట్లనంతములో యట్లె మీరొనర్చు కార్యములుగూడ చిత్రాతిచిత్రములుగదా?

కృష్ణ—నీ యగ్గించుట యటుంపుము. నేఁడా వాయుపుత్రుని జూడగలుగుదుమనుటచే జనించుసంతసమవాచ్యముగ నున్నది.

రుక్మి—నిక్కముగా నేఁడొక సుదినము.

కృష్ణు—ఈ భక్తశిఖామణి యొనర్చిన యుపకారములు గణింపనగునా?

సీ. లంకలోపలఁజొచ్చి ♦ లంకిణివధియించి
సీతకు ధైర్యంబు ♦ జెప్పినాఁడు

జానకీదేవి కు • శలవార్తలను నాకు
మించువేడుకను • వచించినాఁడు
వారాసిబంధింప • పర్వతంబులదెచ్చి
పడవైచి మిగుల తో • డ్పడినవాఁడు
సంజీవిదెచ్చి ల • క్ష్మణున కొసంగినా
నెమ్మెన జీవముల్ • నిలిపినాఁడు

గీ. నాఁడయోధ్యను నేను రా • నందువలన
ప్రాణముల వాయనున్నట్టి • భరతునకు
మామకాగమనవార్త ప్రే • మమునదెల్పె
నిట్టియుపకారి లోకమం • దెవ్వఁడుండు.

రుక్మి—ఒక్కటొక్కటిగా గణింపనేల. రామాయణగ్రంధ మునందలి సగముభాగమున కాతఁడేగదా నాయకుఁడు!

కృష్ణు—అగునగును. కిష్కింధకాండ మొదలు యుద్ధకాండము వఱ కాతడేనాయకుఁడు... కాని సత్య యింకను జాలముచేయుచున్నదే!

రుక్మి—ఇంతలోననే రావచ్చును. నాథా! తారకముంత్రోప దేశ మొందిననాటినుండియు నాతఁడు మహేంద్రపర్వతముపైననే యుండెనా?

కృష్ణు—అచ్చటనే తపమాచరించుచుండెను. కాని యనుదిన మునను త్రికాలములందునను త్రయీమాతను కర్ఘ్య మొసంగుటకై చతుస్సముద్రముల కరిగి వచ్చుచుండును.

(ప్రవేశము—సత్య దూరమున.)

కృష్ణు—అదే సింగారము పూర్తియైనది గావలయును. దిద్దు కొని దిద్దుకొని యూరు మాటుమాటుగకుండ చనుదెంచుచున్నది.

రుక్మి—(స్వగతమున) అయ్యవారిని చేయబోయిన కోతియైనది.

సత్య—(స్వగతమున) నాయొద్దనున్న చిత్రపటమునన్నన్ను జానకీదేవివలె నలంకరించుకొనిననన్ను జూచి చెలికత్తెలందఱును విభ్రాంత

చేతస్కులైరి. అనుదినమునను నన్నుజూచువారే గుర్తింపనియెడల నింక నావాయుసూనుఁడుమాత్రము గుర్తింపగలడా? విభుడేయే యవతారముల ధరించిన తదనుగుణ్యంబైన స్వరూపమును ధరించుట కేనె దగుదునని లోకమునకిప్పుడె తెలియజేసెదను. నేనేదో యసాధ్యమగు కార్యమునకు బూనుకొంటినని పల్కిన యారుక్మిణి నన్నుజూచి యింక శిరఃప్రకంపన మాచరింపక మానదు. వారిని సమీపించెదగాక!

కృష్ణు—(ఆమెనుగాంచి మందహాసమున) ప్రియా! ఇదేమి వేషము. చిత్రఫలకమునుజూచి దిద్దుకొనినట్లు స్పష్టముగా దెలియు చున్నది.

రుక్మి—(నవ్వుచు) వాయునందనుఁడు చూడనెంచినది సీతాదేవి కల్యాణకాలమందలి బాలికగాదు. పట్టాభిషేకకాలమునందలి రూపమును ధరింపవలయును.

సత్య—(తనలో) అగునగును. ఆమాటయే మరచితిని.

కృష్ణు—సత్యా!

చ, జిలుగుపరాణిపుట్టమును ♦ చెంగులుజారగతీర్చికట్టి సొ
మ్ములు కయిసేసి ఫాలమున ♦ బొట్టొకవింతగ దిద్దిదిద్ది మై
కలపమలంది సీతవలె ♦ గన్పడుచుంటినటంచు నాత్మలో
దలచితివేమొకాని యల ♦ ధాత్రిజరూపులభింపదయ్యెగా.

సత్యా—నవ్వులాటకిదియా సమయము!

కృష్ణు—కోపగింపకుము, ఆంజనేయు డీవేషమును దిలకించిన యెడలబలరామునకవనగా మిగిలినది మనకగుట నిక్కము

రుక్మి—చెల్లెలా! ఇంకనైన నీ వేషముల ధరించుటమానుము.

సత్యా—మానిన నీవు ధరింపదలచుకొంటివా?

రుక్మి—నీవలె నేను వేషములు ధరింపజాలను.

సత్యా—చేతకానివారలు వంకలెన్నుటలో నధికులు. (కృష్ణునితో) నాధా! యింకొకసారి యత్నించిచూచెదను. (నిష్క్రమించును)

రుక్మి—నాథా! ఇంకనైన నామెకు సత్యమెఱింగించి యనుగ్రహింపుము.

కృష్ణు—లాభములేదు. ఇంకను సమయమువచ్చువఱకు నామె యిష్టమునొప్పుననే జరుగనీయవలయును. అటుపిమ్మట దగినట్లుగా—

రుక్మి—అయిః యెడల యీ గర్వభంగనాటకమునం దామెను నాక ప్రధానపాత్రగా నొనర్పనెంచితిరన్నమాట.

కృష్ణు—(నవ్వుచు నూరకుండును.)

రుక్మి—ఈపర్యాయమీామె యెట్టివేషమును ధరించునో. మరల నొకనాటి యాప్రయత్నమునుండి విరమింపుమని జెప్పెదను.

కృష్ణు—నివటులనినచో కలహాశనునకు గడుపునిండుగ భోజనము లభించును.

(తెరలో) దేవా! ద్వారముకడ నారద మహానీంద్రులు దర్శనముకై వేచియున్నారు.)

కృష్ణు—ప్రియా! రమ్ము. మనమా మహానుభావుని లోనికి దోడ్కొనివత్తము.

[ఇరువురు నిష్క్రమించి మరల నారదునితో ప్రవేశింతురు.]

కృష్ణు—మహానీంద్రా! ఆయా నన మలంకరింపుడు. తమరాకచే ధన్యులమైతిమి.

నార—త్రిజగన్మోహనరూపమున పావనికి దర్శన మొసంగ మహఃవిని యట్టి భువనమోహనైకరూపమును కన్నుల కరువుదీర నేనును సందర్శింపవలయునని జనుదెంచితిని.

కృష్ణు—దివ్యజ్ఞాన సంపన్నులును జితేంద్రియులును నగు మీాబోంట్లకుగూడ నట్టి వాంఛితముండునా?

నార—వాంఛాన్వితుడనై వచ్చుచుండగనే గరుడునివలన నీూసదావృత్తవింటిని. అందుచే నిట్లరుదెంచితిని.

కృష్ణు...(నవ్వుచు) మీవాంఛాపరిపూర్తి కేవద్దమువచ్చితిని గాబోలునేమి ఇకనైన నాయడ్డము లేకుండజూచుకొనుము

నార—(తనలో) ఈతనిమాటలు నిగూఢములుగానున్నవి. నాయింగిత మెఱుంగుటచే గాబోలట్టి యుత్తరమొసంగియుండెను. అనంతర మీవిషయమునుగూర్చి యాలోచించెదను. (రుక్మిణినిజూచి కృష్ణునితో) రుక్మిణీ సత్యభామలు పరస్పర మైత్రితో నుండిరాయేమి.

కృష్ణు—కాదుకాదు. ఆమెయు శ్రీరామచంద్రసందర్శన కుతూహలమున చెల్లెలి యనుజ్ఞగొని యిచ్చటనున్నది.

నార—సత్యాదేవి గాన్పింపదేమి ?

కృష్ణు—అదేమాటలోననే వచ్చుచున్నది.

[ప్రవేశము సత్యభామ]

రుక్మి—(తనలో) ఈపర్యాయ మున్నగోడుకూడ నశించినది. ఇప్పటివేషము జానకియని భ్రమించుటకేని యడ్డముగ నున్నది.

నార—సత్యభామా ! ఇదేమి వేషము !

రుక్మి-కృష్ణు—(పెద్దపెట్టున నవ్వుదురు.)

సత్య—(తలవాల్చితనలో) ఈకలహభోజనుడెప్పుడరుదెంచునో.

నార—కృష్ణా ! పెద్దగా నట్లునవ్వితివేమి. ఈవఱకు నడచిన మీ ప్రసంగము వినియుండమి నిదంతయు గందరగోళముగానున్నది.

కృష్ణు—విశేషమేమియును లేదు.

రుక్మి—సాత్రాజితి సీతాదేవి వేషమును ధరించినది.

నార—ఎందులకు.

కృష్ణు—మాతల్లిజానకి యెక్కడనని యాపావని ప్రశ్నింపకుండునా ?

అప్పుడాతనికి ధరణిజను జూపవలదా ?

నార—అందులకా యీమె సీతాదేవివలె నలంకరించుకొనినది.

కృష్ణు—(సత్యభామతో) ప్రియా! ఇంకనైనను నీప్రయత్నముసుండి విరమింపుము.

రుక్మి—ఆమె యెంతవఱకు ప్రయత్నింపనెంచియుండెనో యంతవఱకును ప్రయత్నింపనిమ్ము. అందువలన గలుగు ప్రమాదమేమియులేదుగదా?

సత్య—(మొగము చిట్లించుకొని స్వగతమున) రుక్మిణిగూడ పరిహసించుట రోకటిపోటువలె హృదయమునకు తగులుచున్నది.

గీ. నాథుడెన్ని దిట్టినను మ ♦ నంబునందు
చింతిలనుగాని సపత్ని ♦ చేతనిలిచి
పరిహసించుచుపల్కిన ♦ పలుకులకును
హృదయమున తాపముపుడె జ ♦ నించుచుండె.

కృష్ణు—మౌన మర్ధాంగీకారసూచకమా?

నార—కృష్ణా! ఈమాయనాటకమునకీవు కథానాయకుండవై యమాయికురాలగు నీసత్యభామను సపత్ని యెదుట పరిహసించుట కేవలమన్యాయముగానున్నది

రుక్మి—(స్వగతమున) కలహబీజమును నాటుటకై మునీంద్రులు యత్నించుచున్నారు

కృష్ణు—(నవ్వుచు) మునీంద్రా! నిష్కారణముగ తమరు నాపై నింద మోపుచున్నారు. నేను తొలుతనుండియు నామెకు నీప్రయత్నములవలన లాభము లేదని చెప్పితిని.

నార—తమ పల్కుల కెదురాడకుండుటయే యామెకు దగియున్నది.

రుక్మి—నేను నామెకీవిషయమై తెలిపియుంటిని.

సత్య—ఎవరెన్ని జెప్పినను నియ్యది శ్రీకృష్ణమాయయని తెలియజాలనైతిని.

రుక్మి—ఇప్పుడు తెలిసినదా! ఇంకనైన నా ప్రయత్న ముజ్జగింతువా? విడువవు, పైగా నాథునిపై ననవరతము నిందమోపెదవు.

సత్య—అడుగడుగునకును నాథునిపై నిందమోపుటయే నా స్వభావము. నీవన్ననో —

రుక్మి—నాగుణము లెన్ననక్కరలేదు ఎవరెట్టివారో లోకమున కీవఱకె తెల్లమైయున్నది. పారిజాతాపహరణవృత్తాంతము తులాభార వృత్తాంతము లోకులు మరచియుండలేదు.

సత్య—(కృష్ణునితో) ఇట్లెగ్గులిమెచే బలికించుటకేనా యామె నిందుండనీయవలసినదనిరి.

కృష్ణ— ప్రియా! రుక్మిణీ! చెల్లెలిమాట లెగ్గుగాగొనవలదు. సత్యా! ఇట్లు జరుగగలదని యేనెఱుంగుదునా?

నార—ఎఱింగియుండిరో లేదో సత్యకెట్లు దెలియును. (స్వగ) ఈతఁడు వీరిరువురకును కలహముగాకుండ జేయుచున్నాడు. గంగావతరణసందర్భమున గంగాగౌరులకు జరిగిన కలహమునకుఁ బిమ్మట సపత్నులకలహములులేవు. కావున నియ్యదొకింత వినోదకరముగానుండును.

కృష్ణ—మాసిచంద్రమా! కలహమును బెంపకుఁడు. ఇట్టి యెడ నవకాశముగూడలేదు.

(తెరలో) దేవా గరుడుడు భక్తాగ్రగణ్యుడగు పవనాత్మజుఁ డరుదెంచుట నివేదించుట కరుదెంచియున్నాఁడు.

కృష్ణ—పవనాత్మజునితో సభారంగమున మాకై నిరీక్షింపు చుండవలసినదని జెప్పుము.

(తెరలో) మహాప్రసాదము.

కృష్ణ—సత్యా! కార్యము మించివచ్చినది. ఏమందువు? ఇంకొకసారి ప్రయత్నించెదవా? జానకి నాచెంతలేకున్న నాతఁడు సంతసించుటకుమారు కోపగించును.

సత్య — కడనారి ప్రయత్నింతును.

(నిష్క్రమించును.)

రుక్మి — (తనలో) విభుఁడెంత చతురుఁడు. తాను తటస్థునివలె నుండి యీనాటకమంతయును నాచే నడిపించినాఁడు. ఇప్పుడుగూడ నామె నింకొకమారు ప్రయత్నింపుమని యానతిచ్చుచున్నాడు. కానిమ్ము. కార్యమంతయు నైనపిమ్మట నిందలి నిక్కువ మంతయు సత్యకెఱింగించెదను.

నార — ఇప్పుడైన నీమె కృతార్థురాలు కాజాలదు.

కృష్ణు — అదే యామె మరల నలంకరించుకొని వచ్చుచున్నది.

రుక్మి — ఇప్పుడీమె సీతనొకించుక పోలియున్నది.

[ప్రవేశము — సత్యభామ.]

నార — అమ్మా! ఇప్పుడీవు సీతనొకించుక పోలియుంటివి. కాని యీ మహాసాధ్వీలక్షణములన్నియు నొప్పియుండలేదు.

కృష్ణు — సత్యా! నాపలుకాలించుము.

సీ. పూర్ణిమాచంద్రుని ♦ బోలుముఖంబున
దరహాస చంద్రికల్ ♦ తాండవింప
వీణెయకీడగు ♦ విధమునబల్కెడి
పలుకులమాధుర్య ♦ మొలుకుచుండ
పద్మపత్రంబుల ♦ ప్రతిభతోరాజిల్లు
నయనంబులను ప్రస ♦ న్నతనటింప
సరిలేనివాత్సల్య ♦ గరిమచేనొనరించు
పనులందుప్రేమంబు ♦ బరిఢవిల్ల

గీ. విభునివామాంకమందున ♦ వెలయునట్టి
జానకీదేవిపోల్కి వే ♦ షంబుదాల్ప
సాధ్యమగునంచు దలచితే ♦ స్వాంతమందు
వెడగుయత్నంబు లికనైన ♦ విడువుమబల.

సత్య—(నిర్వేదముజెంది) ఇంక నావలనగాదు.

కృష్ణు—ఇంక గత్యంతరమేమి?

సత్య—(తనలో) ఇంతవఱకు నన్నెక్కసక్కెములాడిన యీ రుక్మిణి యెంతనేర్పరియగునో పరికింపవలయుగదా! (ప్రకాశముగ) నాథా! ఆలోచించెదరేల. తొలుతనుండియు నెవ్వరిపై నీకార్యముంచుటకు మీమనంబున నిశ్చయించుకొని యుంటిరో యారుక్మిణి మీచెంత నిక్కడనేయున్నది. మరచితిరా?

కృష్ణు—చెలియలి నెగతాళిచేయుటగాదు. ఇప్పుడు నీవెట్లు ధరణిజాకృతి ధరించెదవో చూడవలసియున్నది.

రుక్మి—(నవ్వుచు) వేషములు వేయుటభ్యాసములేదు. మీయాజ్ఞయైన ధరణిజనై నిలువగలను.

కృష్ణు—ఇంకను జాలమేల? పావని యపుడే రాముడెక్కడ నుండెనని గరుడుని త్వరపెట్టుచున్నాఁడు. అవనిజవై నిలువుము.

రుక్మి—(కృష్ణునకు నమస్కరించి) అస్ఖలిత బ్రహ్మచారులగు తమ యాజ్ఞా ప్రభావముననే ధరణిజనయ్యెదను.

గీ. ప్రాణనాథుని నామనః ♦ పద్మమందు
నిలిపి పూజించుచుండెడి ♦ నెలతనేని
ప్రాణవిభునాజ్ఞపాలించు ♦ దాననేని
యిపుడె ధరణిజరూపు ల ♦ భించుగాక

(తెరలో పెద్దశబ్దమగును. రుక్మిణి యంతరిక్షమునకు బోవును. సీత భూమికిదిగి కృష్ణునకు నమస్కరించును.)

సత్య—(తనలో) నాథుడస్ఖలిత బ్రహ్మచారియా! ఎట్లగును? ఈ విషయమై కనుగొనవలయును. (ప్రకాశముగ) నాథా! తాము గూడ రామావతారమును ధరించి మాకనులకు విందొనర్పుడు.

కృష్ణు—మీయభిమతము దీర్ప రాముడనయ్యెదను. (మరల పెద్దశబ్దమగును. కృష్ణుఁడు పైకేగగ రాముడు క్రిందకు దిగును.

నార—ధన్యోస్మి, ధన్యోస్మి. రామభద్రున కనంతకల్యాణము లగునుగాక.

కృష్ణ—పవనాత్మజుఁడు నాకొఱకై వేచియున్నాఁడు. తొలుత నాతని సంతసింపజేయుదను.

(నిష్క్రమింతురు. తెర వ్రాలును.)

తృతీయరంగము.

ప్రదేశము:—సభారంగము.

[ఆంజనేయుఁడు గరుడుఁడు ప్రవేశించియుండగా తెరలేచును.]

ఆంజ—ఓయీ! రామచంద్రునకు నాపై గలుగు వాత్సల్యమింతయని వక్కాణింపనలవికాదుసుమీ! మహా యోగిజనంబులకైన నందరాని సాయుజ్యము నొందుటకు దగినమార్గమొక్కటి బోధించి యనుగ్రహించెను.

గరు—మహాత్మా! తారకమంత్రమహాత్మ్య మెఱిఁగించి యాకొనియున్న నావీనులకు విందొనర్పుడు.

ఆంజ—వైనతేయా! ఆలింపుము తారకమంత్రము గణింపదగిన మంత్రరాజములన్నిటియందును ప్రథమగణ్యమైనది. ఏతన్మంత్రంబుపాసకుల—

ఉ. అంగదలెల్లబాపిహృద ♦ యంబున కెక్కుడు శాంతినిచ్చు ను
ప్పొంగు భవాబ్ధితోయముల ♦ ముంపక దేల్చుపరంబుకూర్చు వే
దాంగములభ్యసించిన మ ♦ హామహితాత్ములకైనగాని జే
రంగనశక్యమౌచు తన ♦ రారెడిలోకము నిచ్చువేడ్కతో.

అదియిదియని వక్కాణింపనేల! రామతారకమంత్రమే యరిషడ్వర్గములనుండి రక్షింపగలదు. గభీరవారాసిసదృశమై తరించుమార్గ మొకింతయులేని సంసారసాగరమును నిమిషమాత్రమున తరింపజేయ

గలదు. దురితాంధకారపంకమగ్నులై పరితపించువారికి దివ్యజ్యోతియై మార్గదర్శినియై ముక్తిప్రదాయకమై యుండును. వేయేల; ఇంతకంటె నుత్కృష్టమగు మంత్రరాజమింకొకటి లేదనియే నాయభిప్రాయము. ఇట్టి తరుణోపాయ మనుగ్రహించుటయేగాక నాకు మరల ద్వాపరమున దర్శన మొసంగుదునని యానాఁడే వచించియుండెను. కాని, వైనతేయా! మనమిచ్చటకరుదెంచి తడవైనది. అయినను నాపరాత్పరుని దర్శనముమాత్రము లభింపలేదు. అక్కారణమున నామనమూరక పరితపించుచున్నది.

గరు—త్వరలోనే రామభద్రుఁడిచ్చట కరుదెంచునులెమ్ము.

ఆంజ—భక్తలోకైకరక్షణుఁడిచ్చట కరుదెంచుచుండ నింకెవ్వరైన భక్తులాతని నాహ్వానించియుందురు ఆభక్తజనుల యాపన్నివారణార్థమై యరిగియుండెనేమో యనుసందియ ముఁయుఁమనున్నది. ఒకసారి నీవేగి మాతల్లి జానకిని సందర్శించి రామభద్రుఁడెక్కడికేగియుండెనో తెలిసికొనివచ్చెదవా?

(ప్రవేశము—రామ లక్ష్మణభరతులు జానకి
సత్యభామ నారదుఁడు.)

గరు—మారుతాత్మజా! అదేరామచంద్రుఁడరుదెంచుచున్నాఁడు.

ఆంజ—(శ్రీరామునకు సాష్టాంగనమస్కారమాచరించి) రామచంద్రా!

ఉ. ఎన్నఁడు నీపదాబ్జములఁ ♦ నేహృదయంబున నిల్పి భక్తితో
సన్నుతిసేయుచుంటి రఘు ♦ చంద్రమ! కల్మిషహర దర్శనంబు నా
కెన్నఁటికేని గల్గునని ♦ యెంచితి నట్టులె మిమ్ముఁజూచి నా
కన్నులకల్మికిన్ ఫలము ♦ గాంచితి పావనమయ్యె జన్మమున్.

రామచంద్రా! శ్రీరామచంద్రా! త్రిభువన పావనమైన దివ్యస్రవంతికి జన్మకారణములైన తమపాదపద్మములను—పతిశాపవశమున చట్రాతిగాబడియున్న యహల్యను నాతిగానొనర్చిన తమపాదములను

జనకుఁడత్యధికమగు భక్తితాత్పర్యములతో జానకినిచ్చునపుడు కడిగిన తమపాదపద్మములను—రామచంద్రా! నేడు మరల దర్శింపగంటిని. జన్మ తరించినది. కనులమందానందకందళితములైనవి. పరంధామా! పరాత్పరా! భవద్దివ్యసందర్శనలాభంబున బ్రహ్మానందమును జెందుచున్నది. తల్లీ! జానకీ ఇన్నిదినములకా కుమారునిపై ననురాగము జనించినది.

శ్రీరాముడు—వత్సా! పావనీ! లెమ్ము కూరుచుండుము. కుశలముగనుంటివా!

(రామాదులందరును నాసనములపై కూర్చుందురు.
ఆంజనేయుఁడు శ్రీరామునిపాదములను తొడలపై
నిడుకొని యొత్తుచుండును.)

ఆంజ.—సృష్టిస్థితిలయకారణులగు తమయనురాగము లేశమునకు గురియగు సామాన్యులకేని సేమంబున నించుకంతయుకొఱంతగలుగదన, తమకటాక్షమునకు బాత్రులమైన మాబోంట్లకు కుశలంబున లోపంబు గలుగునే.

జానకి—పావనీ! నీచిరకాలవాంఛితము దీరినదిగదా?

ఆంజ—తల్లీ! మన్మనోవాంఛిత మిప్పటికి తమయనుగ్రహము వలన దీరినది

శ్రీరా—ఓయీ! నీయొనర్చుతపంబు నిర్విఘ్నముగా జరుగుచున్నదా!

ఆంజ—భవత్కటాక్షమున నాజపతపంబులకెట్టియాటంకమును గలుగుటలేదు.

శ్రీరాము—నేడు నీవిచ్చటికి వచ్చెదవని యెఱింగియే గాబోలును జాంబవంతుఁడుగూడ వచ్చియున్నాఁడు. సౌమిత్రీ! నీవేగి యాతని దోడ్కొనిరమ్ము. చిరకాలమున మిత్రులిరువురును కలసికొందురు.

ఆంజ—జాంబవంతునికూడ సందర్శింపగలుగుదువా? ఆహా! నేడెంతసుదినము రామచంద్రా! ఒక్క సందియముమాత్రము నన్ను బాధించుచున్నది.

శ్రీరా—ఏమాసందియము.

ఆంజ—నేను మహేంద్రనగంబున తపంబు సేయుచుండగా నచ్చటికేతెంచిన యీనారద మహాసీంద్రులు—

నార—(స్వగ) బలరాముఁపై నుసికొల్పితినని వచించునేమోగదా!

ఆంజ—యుగభేదముగల్గినట్లు వచించియుండిరి. కాని పరికింపగా నట్టిమార్పులు గాన్పింపకున్నవి. వారిపల్కులు సత్యములగునా కావా యను సందియమింకను నన్నువీడిపోదయ్యెను.

శ్రీరా—ఇదియా నీసందేహము. నారదమహాసీంద్రులపల్కులె యథార్థములు. యుగభేదముగల్గినది. నీవుచిరంజీవియగుటచే నీకు భేదమేమియు గాన్పించుటలేదు. నీకు ద్వాపరమున శ్రీకృష్ణరదర్శన మిచ్చెదనని వాగ్దానమొసంగియుండలేదా! అందుచే నీవాంఛితమును దీర్చుటకై నేనిపుడు శ్రీరామావతారమును నీకు జూపించుచుంటిని. నీవలెనే జాంబవంతుఁడుకూడ శ్రీరామసందర్శనవాంఛ మనంబునగల్గియుండె. నదికారణంబుగ నాతనిగూడ నేడిచ్చటికి రప్పించియుంటిని.

[ప్రవేశము లక్ష్మణుఁడు జాంబవంతుఁడు]

జాంబ—(శ్రీరామునిజూచి)రామచంద్రా! శ్రీరామచంద్రా! నాజన్మ తరించినది. ధన్యుఁడనైతిని.

ఉ. ఈవెగదా పరాత్పరుడ ♦ వీవెగదా యఖిలాత్మకుండవో
పావనమూర్తి నిన్గనెడి ♦ భాగ్యముగల్గుటచేత జన్మముఙ్
పావనమయ్యె చేసిన త ♦ పంబుఫలించె నటంచునెంతునో
దేవకృపాన్వితుండవు ను ♦ తింపగశక్యమె నిన్నురాఘవా!

శ్రీరా—తమవాంఛితమీడేరినదిగదా! ఇదేపావని మీకు నమస్కరించుచున్నాఁడు.

ఆంజ—(జాంబవంతునకు నమస్కరించును.)

జాంబ—వత్సా! పావనీ! చిరంజీవివై వర్ధిల్లుము. ఎంతకాలమునకు నిన్ను జూడగంటిని.

శ్రీరా—పావనీ! నీసందేహము దీరినదిగదా? నేనీద్వాపరమున నీధరణిభారముమాన్ప కృష్ణుఁడనై యవతరించితిని. ఇంకనీకు నాయిప్పటిరూపమునుగూడ జూపెదను.

(తెరలో శబ్దమగును. రాముడు కృష్ణునిగను జానకి రుక్మిణిగను లక్ష్మణుడు బలరామ సాత్యకులుగాను మారుదురు)

ఆంజ—ఆహా! జన్మతరించినది.

జాంబ—రమానాథా! కారుణ్యమూర్తీ! నీయనుగ్రహమున మాయొనర్చినతపంబులు ఫలించినవి.

(అనుబంధమును ఆంజనేయుఁడు జాంబవంతుఁడు
పాడుచుండ తెరవ్రాలును)

తురీయరంగము.

సత్యభామ యంతఃపురము.

(సత్యభామా శ్రీకృష్ణులు సుఖాసనులై యుండగా తెరలేచును

సత్య—నాథా! ఈదినమెంతయో సుదినముగా గాన్పించుచున్నది. జగదైకకల్యాణస్వరూపులగు తమరామావతారసందర్శనమున జన్మతరించినది కాని—

కృష్ణు—కానియనుచుంటివేమి. ఇంకను సందియమేమైన మనంబున నిడుకొని యుంటివా?

సత్య—అగును. తమవలననే దెలియవలసినసందియ మొక్కటి గలదు.

కృష్ణు—ఏమది.

సత్య—రుక్మిణి వచించినపల్కుల యథార్థ మెఱుంగగోరితిని.

కృష్ణు—ఏమో? ఆమెయేమనిననో జ్ఞాపకములేదు. ఆపల్కులేవో నీవిపుడు చెప్పఁగూడదా?

సత్య—ఎఱగకనా. లేక నావల్లగోరితిరా?

కృష్ణు—ఎఱుగకనే. ఎఱిగియున్న నిన్నేల నాపలుకులు దెలుపుమందును.

సత్య—ఆమె తా మస్ఖలిత బ్రహ్మచారులని వచించినది గాధా? అందలియర్థమేమి. ఎన్నివిధములనాలోచించినను నేమియునవగాహనమగుట లేదు.

కృష్ణు—(నవ్వుచు) రహస్యవిద్యా ప్రవీణురాలవు. వేదాంత తత్త్వ మెఱింగిన ప్రౌఢవు. నీవే యందలి యర్థమెఱుంగకున్న నితరులు దెలియగలరా? యాలోచింపుము.

సత్య—ఆలోచించుటయు నైనది. కాని లాభమేమియు లేక పోయినది. లోకులెల్లరును తమ్ము గోపికాజారుఁడనియును, షోడశసహస్రరాట్కన్యాధినాథులనియు, రాధామనోహరులనియు బేర్కొనుచుందురే. ఇందేమైన సంతరార్థమున్నదా?

కృష్ణు—(నవ్వుచు) అన్నియునుజెప్పి యొక్కటి మరిచితివేమి. సత్యా ప్రాణనాథుఁడనిగూడ జెప్పుము.

సత్య—ఇదా సమయ మెగతాళిజేయుటకు! అనుగ్రహించి నాసందేహమును దీర్పుఁడు.

కృష్ణు—నీసందేహమును దీర్చుట కేనేమిచెప్పినను నీవు విశ్వసింపజాలవు. ప్రత్యక్షప్రమాణముగా వలయునందువు. కావున నావెనువెంటరమ్ము. నేనుజూపెదు దృశ్యములన్నియు జూచుచుండుము. కాని వానినిగూర్చిమాత్రము మధ్య ప్రశ్నింపకుము.

సత్య—చిత్తము.

కృష్ణు—ఇప్పుడట్లే యొనరించెదనని యపుడు మధ్యమధ్య ప్రశ్నించెదవేమో! అటులయిన రసాభాసమగునుమా?

సత్య—మిమ్మేమియును ప్రశ్నింపను.

కృష్ణు—అయిన నావెంటరమ్ము.

(ఇరువురును లేచి పరిక్రమింపగా తెరయెత్తబడును.
ఒకకాంతయును కృష్ణుడును శయ్యాతలమున గూర్చుండి
గానమొనరించుచుందురు.)

కృష్ణు—(ముందున్నకృష్ణుని యాకాంతనుజూపి) సత్యా! తిలకించితివా! కృష్ణుడేమిచేయుచున్నాడో.

గీ. వీణగైకొనిపాడెడి • వెలదితోడ
మురళి ప్రయోగించుచును జగ • న్మోహముగ
గానమొనరించు శ్రీవేణు • గానలోలు
గాంచుమొకపరికన్నుల • కరవుదీర.

సత్యా! బాగుగా పరికింపుము. అదే యాతడేమనుచున్నాడో వింటివా?

2 వ కృష్ణు—ప్రియా! సరససంగీతలహరి దేల్చుచున్నానంద పరవశునిగాజేయు నీచెంత నెంతసేపున్నను తనివిదీరదు. ఏదీ! మన యొక్క గీతమును బాడుము.

కృష్ణు—ఇకచాలును.

(తెర వ్రాలును.)

ష్ణుకృ—సత్యా! కనుగొంటివా! యీచిత్రమును. వేరొక యెడకరుగుదమురమ్ము. అచ్చటగూడ నింకొక శ్రీకృష్ణుని సందర్శింపుము.

(ఇరువురును పరిక్రమింపగా తెరలేచును.)
(ఒకగోపిక శ్రీకృష్ణునిపై ప్రణయకోపమున నుండును.
కృష్ణుడామె ననునయించుచుండును)

కృష్ణు—సత్యా! కనుగొంటివా?

గీ. ప్రణయకోపముచేనొక • వారిజాక్షి
తన్ను గికురింపమృదువాక్య • తతులచేత

వశ్య మొనరించుకొన నామె ♦ పదములందు
వ్రాలి ప్రార్థించు కృష్ణుని ♦ భామ గనుచు
వినుమా గోపిక యేమో వచింపబోవుచున్న —

గోపిక—కృష్ణా! ఎంతమాయకాడవు.

ఉ. నేటిదినంబు శీఘ్రముగ ♦ నీ సదనంబున కేను వత్తు నా
మాటలనమ్ము మంచు బ్రతి ♦ మాలిన నీ పలుకాలకించి యి
చ్చోటనె వేచియుంటి కడు ♦ చోద్యము వేకువయైన రాక యా
రాటము నొందజేసిన ప ♦ రాభవమాత్మ వసింపకుండునే.

కృష్ణు—ఇంక చాలును. (తెరపడును.) ఇటులయినను నీసందేహము దీరునట్లు గాన్పింపదు — మరియొక దృశ్యమును దిలకించుము.

(ఇరువురు పరిక్రమింపగా తెర లేచును. రాసక్రీడ గాన్పించును.)

కృష్ణు—సత్యా! కనుగొంటివా! మురళీగానామృతము. దమ కర్ణ వీథుల బడినంతనే యింటగల పనులన్నిటిని బోవిడచి. యత్తమామల యార్భాటముల గణింపక- వలదని వారించు భర్తల నిరసించి- కాంతారమధ్యంబుననున్న గోపాలబాలుని చిన్ని కృష్ణుని సమీపించి యెంత శృంగారముగ నాట్యమాడుచుండిరో తిలకించితివా? గోపికలిరువంకల కృష్ణులును కృష్ణున కిరువంకల గోపికలును- యుండ నడుమ నొకకృష్ణుడు గోపికా ద్వితీయుడై మురళి మ్రోగించుచున్నాడు- చుక్కలలోని చంద్రునివలె నా కృష్ణుడెట్లు శోభిల్లుచున్నాడో తిలకించితివా...ఇకచాలును- (తెర వ్రాలును)

సత్య—జన్మము తరించినది.

కృష్ణు—ప్రియా! ఇంకనైనను నీసందేహము తీరినదా? లేదా?

సత్య—నాథా! తాము సర్వవ్యాపకులై యొక్కొక్కరి కొక్కొక రూపమున సాక్షాత్కరించియుండుట ప్రత్యక్షముగా దిలకించగలిగితిని. కృతార్థురాలనైతిని. కాని సందేహమింకను విడువలేదు.

కృష్ణు—సత్యా! ఇంకను దెలియకుంటివా! గోపికలెవ్వరనుకొంటివి. వీరెల్లరును మద్భక్తులు. నన్నెట్టి వాంఛితము లర్థించియుండిరో

యట్టివాంఛితముల దీర్చుట నాకర్తవ్యము. తొల్లిటిజన్మమున వీరు జగన్మోహనమగు శ్రీరామావతార రూపమునుగాంచి ముగ్ధులై యాలింగనసౌఖ్య మాసించిరి. కాని యిపుడు వారు యేతద్వాంఛాపరి పూర్తినొందిరి. కాని వారివలన నేనానందమును బొందుటలేదు. రుక్మిణి నన్నుతనపతినని యేభావించి జగద్వ్యాపకుఁడననియు, లోకేశ్వరుఁడననియు, లోకైకనాథుడననియు దలంచి నాయానందమునకై, నన్నానందపరచుటకై సదాయత్నించుచుండును. ఇదేమినాకిని యామెకిఁచుఖేదముగల్గదు.

సత్య—మహాత్మా! నేటికి తమవలన నను గ్రహింపబడితిని.

గీ. దేవ! యజ్ఞానమను మహా • తిమిరమందు
మునిగివిజ్ఞాని ననుచు ను • ప్పొంగుచుంటి
నీకటాక్షమున నిపుడు • నేనుగర్వ
భంగమును జెంది జ్ఞానంబు • బడసినాను.

గీ. నన్నుమించినవారు గా • నంగరారు
టంచు భావించినేను గ • ర్వించియుంటి
నేడు గర్వంబుగతిమయ్యె • నీకటాక్ష
మాలికలచేత నిప్పుడు • మాన్యనైతి.

(కృష్ణునియెదుట మోకరించి.) నాథా! అజ్ఞానవశంబున పరాత్పరులని తమ్ముగుర్తింపజాలక మీయెడ మహాపరాధము గావించియుంటిని. క్షమించవలయును. లోకమున నేన సౌందర్యవతిననియు, ప్రాణేశ్వరుఁడు నాకే వశ్యుఁడై సదావర్తించుననియు, ప్రాణేశ్వరుఁడేయవతారమును ధరించినను తదనుగుణ్యంబైన రూపబును నాతని ప్రజ్ఞనుండుదానననియు, మనంబున గొప్పగా గర్వించియుంటిని. నేటితో నాగర్వమంతయు నణగినది. క్షమింపకున్న మీపాదముల వదలను.

కృష్ణ—క్షమించితిని లెమ్ము. రమ్ము లోనికేగుదము. మనకొరకై నారదమహేంద్రులు వేచియున్నారు.

(ఇరువురును నిష్క్రమింతురు.) (తెర వ్రాలును)

సత్యాగర్వభంగము సంపూర్ణము.

శ్రీరస్తు

గర్వభంగము.

నారదగర్వభంగము.

తురీయాంకము.

ప్రదేశము సత్యభామ యంతఃపురము.

(సత్యా శ్రీకృష్ణులు సుఖాసీనులై యుండగా తెరలేచును.)

సత్య—నాథా! సృష్టిస్థితిలయకారణభూతులరగు మీమహిమం బెఱిగినవా రెవ్వరును యుండరనియే దలంతును.

కృష్ణ—సత్యా! నీవిందు పొరబడుచుంటివి. భగవన్మాయ నెఱింగిన మౌనిశేఖరుఁడొక్కరుని నీవిప్పుడే తిలకింపగలవు.

(తెరలో వీణానినాదము.)

కృష్ణ—అదే నారదమౌనీంద్రులు వచ్చుచున్నారు. నాపల్కులు నిక్కమములనుట నేడెఱుంగగలవు. భగవన్మాయ నెఱింగినవా రెవ్వరని యాతని ప్రశ్నింపుము. ఆతఁడే సర్వమును దెలియునట్లు, వచింపగలఁడు.

[ప్రవేశము నారదుఁడు.]

కృష్ణ—(నమస్కరించి) మునిచంద్రులకు స్వాగతము. ఆయాసనముపై గూర్చుండుడు.

నార—(కూర్చుండి) కృష్ణా! గతదినంబున శ్రీరామావతారమునుజూపి మాకనులకు విందొనర్చితివి. నేడు ప్రత్యక్షముగ నీమాయ గనుగొంటిని. సంతుష్టహృదయుడనైతిని.

సత్య—మునిచంద్రమా ! శ్రీకృష్ణుని మాయ కనుగొంటిరా! యెట్లు కనుగొంటిరి. అందలి విశేషములు దెల్పి నన్నానందిపజేయుడు.

నార—నరకాసురసంహార మొనరించినపిమ్మట నీతఁడా నరకుని బందెగమున నుంపబడిన పదారువేల రాకుమారికల పరిణయమయ్యెను. ఈతఁడీ పదునారువేల గోపికలతో నెట్లు కాపురము చేయుచుండెనను సందియమున నీతని మాయానటన మెఱుంగవలెననియు నిన్నటిదినంబున పట్టణమంతయు దిరిగితిని.

సత్య—అందేమైన విశేషముల గాంచితిరా ?

నార—విశేషమున కేమున్నది. ఎచ్చటచూచినను శ్రీకృష్ణ సాక్షాత్కారమే !

ఉ. గోపికయోర్తు పీఁటఁగొన • గోటనుమీటుచు పాడకృష్ణు డా
లాపన సేర్పుచుండ నను • రాగమునన్ గని లాతిచోటికే
నేఁపునబోయి యొక్కెడల • జేక్షణ సేవలొనర్పుచుండని
ద్రాపరుఁడైన కృష్ణుని ము • దంబునఁజూచి భ్రమించినిల్చితిన్.

యొక్కింత తడవట్లె మ్రాన్పడినిలచి యిదేమి అక్కడివాడెప్పుడియ్యెడ కరుదెంచి యుండెనని తలంచి యింకను పరికింపవలయునని వేరొకచోటి కేగితిని. అక్కడ కృష్ణుడొక సుందరీమణితో సరససల్లాపము లాడుచుండుట దిలకించితిని. వేరొకచోటున కేగితిని అట కృష్ణుడొక సుదతీ లలామతో నెత్తమ్ములాడుటదిలకించితిని. ఇట్లే రేయెల్లదిరిగితిని. ఎచ్చటెచ్చట కరిగితినో యచ్చటనెల్ల శ్రీకృష్ణుడు ప్రత్యక్షమయ్యెను అంతనేనాతని మాయనెఱింగితిని గదాయని సంతసించుచు నామహాను భావుని మరియొకపరి సందర్శించి సత్యలోకమున కరుగవలయునని యిట్లరుదెంచితిని.

కృష్ణ—మునిచంద్రమా ! తమబోంట్లకు దెలియనిదేమున్నది. కాని రేయెల్ల తాము నిద్దరలేక యలసినట్లున్నారు. కొలదిసేపు

విమానముపై చల్లగాలికి దిరిగివత్తము. అనంతరము కొలదికాలము విశ్రమించి తదుపరి సత్యలోకమున కేగవచ్చును.

(కృష్ణుఁడు నారదునివెంటగొని నిష్క్రమించును.)

సత్య—మనోహరునిచర్య లనంతములు. వానితత్త్వమెఱుంగుటకు హరిహరాదులైన నశక్తులు. ఇప్పుడీ నారదమౌని తాను శ్రీకృష్ణుని మాయనెఱుంగుదునని బల్కియుండెను. ఆపల్కుల యథార్థ మరయఁగోరియె నాథుఁడాతని గొనిపోయియుండెను. ఎట్లా నారదమౌనినిబరీక్షసేయునో దెలియరాకున్నది.......అయినను, జోక్యములేనట్టి పనుల ప్రవేశింపనేల! విభుఁడరుదెంచువఱకు రుక్మిణితో సంభాషించుచుండదను.

ద్వితీయరంగము

స్థలము:- దుర్గమారణ్యము.

[ప్రవేశము శ్రీకృష్ణుఁడు, నారదుఁడు]

నార—ప్రసంగవశమున చాలాదూరమరుదెంచితిమి. అల్లదే కనుగొంటివా దినకరుఁడు గగనమధ్యంబున కరుదెంచినాడు.

గీ. పక్షిసంతతులదెసీడ ♦ పట్టులకును
జేరుచున్నవి దప్పిక ♦ చే మృగాళి
నీటిపట్టుల కొఱకునై ♦ నెమకుచుండె
ఇంకనైనను గృహమున ♦ కేగవలదె.

ఇట్లు ప్రసంగించుకొనుచు నెంతదూరమరగినను నాయాసముజనింపదు. కాని మిట్టమధ్యాహ్నమగుటచే దప్పిక యధికమగుచున్నది.

కృష్ణ—ఇప్పడే మరలుదము. కాని నాకీవనసంతతుల దిలకించి నంతనే శైశవమునందలి క్రీడాస్థలమగుటచే గాబోలు నపరిమితా

నందము గలుగుచుండును అక్కారణమున నె. . పవనములు సంచరించి నను తృప్తిగలుగదు

నార — శైశిరముచందిలి క్రీడాస్థలములగుటచే నియ్యవి నిజ సంతోష దాయకములగుటకు సందియము లేదు. మనయిరువురము సావకాశముగా నింకవిహరింతము రమ్ము! నేటికేలనో ఘోరమైన ఖేదము, దప్పిక యధికమగుచున్నది

కృష్ణు — దప్పికబాధతో వెనుకకేగవలయునన్న కష్టముగాదా! ఈసమీపమున నెక్కడనైన జలాశయమున్న స్నానమాడి దప్పిక దీర్చుకొనిపోవుట మేలుగదా ?

నార — అట్లొనరించినను మేలెయగును. కాని సమీపమున మనకొరకు తటాకము నిర్మింపబడియుండునా ?

కృష్ణు — పరికింతము మహానివల్లభా! అదే విరాచితిరా! జల విహంగము లీదిక్కుననుండి యేగుచున్నవి చల్లని పిల్లవాయువు లీదిక్కుననుండి వీచుచున్నవి. ఈకారణమువలన సమీపమున సలిలా శయముండవచ్చునని దోచుచున్నది. అటుపోయి పరికింతమురండు.

(ఇరువురు పరిక్రమింపగా తెరలేచును.
యెదుట నొకతటాకము గాన్పించును.)

నార — కృష్ణా! అదేతటాకము. నేనుబోయి దప్పిక దీర్చుకొని వచ్చెదను. (తొందరతో నీటిని సమీపింపబోవును.)

కృష్ణు — (నారదునినిలిపి) అయ్యా! తాము సర్వజ్ఞులు. మీకు జెప్పవలసినదేమియును లేదు. కాని స్నానమాడక జలముల ద్రావుదురా! అందునను నేనొక యాదవుడను. నన్ను తాకియుండుటచే నపవిత్రులైరి.

నార — నీవుచెప్పినట్లు జేయుటయు సమంజసముగనేయున్నది.
(అని పీనెను మృగచర్మమును క్రిందనుంచి లోపలికేగును.)

కృష్ణు — తానే జ్ఞానియనియు, తానే భగవంతునిమాయ నెఱింగితిననియు గర్వించు నీనారదుఁడింకనైనను గర్వరాహిత్యమునుబొంది యథార్థమెఱుంగుగాక.

గీ. తామె యధికులమనుచు లో • దలచునుండు
గర్వితాత్ములగర్వ భం • గంబుసేయ
కూరకొనినంతవారలు • మేరమీరి
యితరులకు హానిచేయ నూ • హింతురెపుడు.

కానిమ్ము. ఈతఁడు నూతనముగ లభించిన యీస్త్రీజన్మమున కొంత కాలము సుఖదుఃఖము లనుభవించినకాని భగవన్మాయయెఱుంగుట కసాధ్యమైనదని తెలియజాలఁడు ఇంకనేనేగెదగాక. అపీనెను మృగాజినమును గొనిచనును.

[ప్రవేశము స్త్రీవేషమున నారదుఁడు.]

స్త్రీ-నా — (శరీరమంతయును కలయజూచుకొని) ఇదేమి యీవింత మార్పెట్లు గలిగినది

సీ. పొలుపొందెడి విభూతి • పూతకుమారుగా
నెట్లులీపసుపు ల • భించెనాకు
కట్టినకాషాయ • పుట్టంబులకుమారు
నెట్లులీచీరెధ • రింపనయ్యె
తపమాచరించెడి • తావళంబులువోయి
యెట్లీహారముల ప్రా • ప్తించెనాకు
బడుగువారునయట్టి • యొడలికమారుగా
నెట్లలీరూపు ల • భించెనాకు

గీ. చేతులకు గాజులెటువచ్చె • చెలువమెట్లు
లబ్బెనా స్వరూపంబెటు • లక్కటకట
ఇట్టివింతలో మారగా • నేమిపుట్టె
నేమిసేయుదు నెటుబోదు • నెవరుదిక్కు.

(కలయజూచి) ఈనర స్త్రీరముననుంచిన నావీణయు యేమయ్యెను. కృష్ణుం డెచ్చటికేగెను. అక్కటా! ఇదియంతయు నాకృష్ణుని పన్నుగడకంటె వేరుగాదు. తనమాయ నెఱింగితినని బల్కిన నాపలుకులకు గినిసి, తనమాయాజాల మెవ్వరికిని డెలియరానిదని బోధించుటకై యిట్టులొనర్చియుండెను. ఇందులకెంతమాత్రమును సందియములేదు. ఈఘోరారణ్యమున సౌందర్యవతినై యున్న నేను యొంటరిగా దిరుగుచున్నయెడల నెట్టియాపద లరుదెంచునో తెలియదయ్యెను. కాంతాకనకము లొంటిపాటున గాన్పించిన గ్రహింప నుద్దేశింపనివాడుండడుగదా! ఏదోజనపదంబైన చేరుకొని యాకృష్ణభగవానునకు గ్రమ్మరనాపై ననుగ్రహాము గలిగినంతవఱకు తలదాచుకొని యుండవలయును. అంతకంటె యుత్తమమగుమార్గ మింకొక్కటి గాన్పించుటలేదు. కాని, యీవనంబుననుండి యెటుబోయిన త్వరలో జనపదములజేరగలుగుదునో గోచరింపకున్నది.

(తెరలో కలకలము.)

ఏమాకలకలము- (పరికించి) యెవ్వరోయొక రాజన్యుడీయెడ కరుదెంచుచున్నాడు. ఆతని బ్రార్థించిన నీయరణ్యమునుండి యేదేనియొక గ్రామము జేరుకొనగల్గుమార్గము దెలుపునేమో?

(ప్రవేశము తాలధ్వజుడు.)

తాల—(తనలో) ఎవ్వరీసుందరీమణి! నూతనయౌవనోదయమున నప్సరకాంతవలె నొప్పారుచున్నది. ఈభీకరారణ్యముల నెందులకిట్లొంటరిగా సంచరింపుచున్నదో యరసెదగాక. (ప్ర కా.)

ఉ. ఎవ్వరిదాన వీవుతర ♦ లేక్షణ యౌవనసీమలందు నీ
వివ్విధి సంచరింప గత ♦ మెయ్యది తెల్పుము నిన్నుజూడగా
జవ్వని దుఃఖవార్ధిబడి ♦ చాలతపించెడినట్లుదోచె నీ
కెవ్విధమౌ సహాయ మొన ♦ రించిన మేలగునో వచింపుమా !

స్త్రీ-నార—(తనలో) ఈతని కేమని యుత్తరమీయగలదానను. ఈతని పలుకులన్నియు భావగర్భితములై యున్నవి. ఈతడు నన్నుగాంచినంతనే పల్కరించిన విధంబారయ నాయందనురక్తుడైనట్లు దోచుచున్నది. ఈతఁడేయననేల ఇట్టిసౌందర్యముగల యువతీమణి నొంటిపాటున దర్శించిన నేపూరుషుని చిత్తము పరవశాయత్తముగాకుండును.

తాల—తరుణీమణీ! నాపలుకులకేల ప్రత్యుత్తరమీయకుంటివి. ఏను తాలధ్వజుండను భూపాలుఁడను. నీకేవిధమగు సహాయముగావలసినను జేయుటకు సంసిద్ధుడనై యున్నాను.

స్త్రీ-నార—(తనలో) ఈతనియండజేరి కొలదికాలము వేగించిన నాకృష్ణపరమాత్మునకు నాపై ననుగ్రహము కలుగకపోదు. ఇంతకును యీతనికి నాపై ననురాగముండెనో లేక యూరకయిట్లు పలుకుచున్నవాడో మున్ముందు కనుగొనవలయును. (ప్రకాశముగ) రాజా! ఎవ్వరిదానననని వచింతును. వచింపవలయునన్న నాచరిత్రము విన్పించుటకేండ్లుపట్లును.

తాల—(తనలో) ఇదేమి ఈమె యిట్లనుచున్నది. అయినను మనకీమె పూర్వచారిత్రముతో బనియేమి. నాయభిప్రాయమును కొంతవఱకీమె దెలిసికొనునట్లుగా బలికెదను. (ప్రకాశముగ) తన్వీమణీ! నీపూర్వచారిత్రమును దెలుపవలసినపనిలేదు. కాని యొక్కవిషయము గూర్చి ప్రశ్నించెద నుత్తరమిమ్ము. నీయెలజవ్వనమంతయు నేల యడవిని గాచినవెన్నెలచందమున వ్యర్థము గావించుచుంటివి.

స్త్రీ-నా—(తనలో) అడుగవలసిన ప్రశ్నమే యడిగినాడు. ఈతని కేమని ప్రత్యుత్తర మొసంగుదును. (ప్రకాశముగ) తగిననాయకుడు లభింపనిచే వెతలొందుచు దిరుగుచుంటిని

తాల—(తనలో) అహా! యేమి నాభాగ్యము!

గీ. అందగాగాని ఫలమెమొ • యనుచుమదిని
మెంచియాత్రముతోడ త • పించుచుండె
ఈమెమృదువాక్యవైఖరి • ప్రేమవార్ధి
నోలలాడించుకై వడి • నుండెనహహా!

(ప్రకాశముగ) తన్వీమణీ! ఇంతవఱకు నీతో నెందులకై సంభాషించుచుంటినో గుర్తించియే యుందువు. కావున నన్ను నుగ్రహించుట కంగీకరింప ప్రార్థించుచుంటిని నీకెట్టిలోపమును గలుగకుండ నరసి రక్షించుచుందును.

స్త్రీ-నా—కాముకుల వాక్యములు కలకాలముండబోవుగదా?

తాల—తన్వీమణీ! నేనట్టివాడనుగాననుట త్వరలోననే యెఱుంగగలవు. ఈపంచభూతముల సాక్షిగా ప్రమాణము గావించెదను. వేయేల; ఈక్షణమునుండియె నన్ను నీయిచ్ఛవచ్చినట్లు దిద్దుకొనుము.

స్త్రీ-నా—(తనలో) ఈతని గాంచినంతటియుండియు చిత్తమేలకో యాతనిపై వ్రాలి మరలిరాకున్నది. ఇంతకును యెక్కడనో యొకచోట తలదాచుకొనవలయునుగదా! ఈతడింత ప్రాధేయపూర్వకముగా ప్రార్థించుచుండ తిరస్కరించుట మేలుగా గాన్పింపకున్నది. ఒకానొకవేళ తిరస్కరించిన నెట్టియాశ్రయమైన లభించునో లభింపదో!

తాల—తరుణీమణీ! మౌనమంగీకారసూచకమా! (సమీపించును.)

స్త్రీ-నా—మహామహుల పలుకుల కెదురాడనోడెదను. ఇంక నన్నెట్లరసి రక్షించెదరో తమదే భారము. నా యనదగిన వారెవ్వరును లేనిదానను.

తాల—(ఆమెకరమును గ్రహించి) ఇంకను సందేహించుచుంటివా? ఈభూమ్యాకాశముల సాక్షిగ నిన్ను నాయర్ధాంగిగా జేసికొంటిని. ఇట్లింక నీయరణ్యముననుండనేల! రమ్ము. సమీపముననేయున్న రథంబుపై నగరమున కరుగుదము

(ఇరువురును నిష్క్రమింపగా తెరవ్రాలును.)

(ప్రవేశము—ఇరువురు సిపాయిలు.)

1 వ సిపా—అన్నా! నీవేమనినను సరియే కాని మనరాజుగారి వ్యాపారమేమియును బాగులేదుసుమా!

2 వ సిపా—ఏమందును. నాకుమాత్ర మీతనినడవడి మంచిదని దోచుచున్నదనుకొంటివా యేమి? బొత్తిగా రాజ్యాంగవిషయములను జూచుటలేదు. ఈవరకు పదిపదునార్గురు కుమారులు గల్గిరి. ఇప్పటికైన నామెయందుగల వ్యామోహమును తగ్గించుకొనగూడదా! అట్లొనరింపకున్నమానె యుక్తవయస్కులైన కుమారులనైన రాజ్యాంగవిషయముల ప్రవీణుల గావింపకూడదా? ఏమియునులేదు. రాజ్యమంతయును మంత్రులపై వదలివైచినాడు.

మొ॥సి—ఈతడిట్లు వర్తించుట పరరాజు లెఱింగిన నిముషమాత్రమున రాజ్యమునంతయు కబళించుకొననెంతురుగదా?

రెం॥సి—అంతవఱకెందులకు మన తాలధ్వజమహారాజు పేరు జెప్పినంతమాత్రమున వడవడ వణకుచు కప్పములదెచ్చి గ్రుమ్మరించెడువారు స్వతంత్రులగుటకు యత్నించుచుండిరి.

మొ॥సి—అగునగును. శూరసేనుఁడీవరకే సరిహద్దురాష్ట్రములకై వశము చేసికొనెనని వినియుంటిని. నిక్కువమగునా?

రెం॥సి—నిక్కువమాయని ప్రశ్నించుచుంటివా? ఆరాష్ట్రముల గలుపుకొనెననియేగదా మొన్న మంత్రులాతనిపై సైన్యమును పంపిరి.

మో॥సి—నాకావర్తమానము తెలియనేలేదు. ఆసైన్యమాలిని పోగరణచియేయుండును.

రెం॥సి—అదియే సందేహముగానున్నది.

మో॥సి—ఎందుచేత ?

రెం॥సి—పొలికలనునకేగిన వారిచెంతనుండి వర్తమానమేలేదు. మంత్రులెల్లరును సాయంకాలముదనుక రాజాలోననే వేచియుండిరి.

మో॥సి—సైన్యమంతయును నేమైయుండునని తలంచెదవు ?

రెం॥సి—ఏమో యెవ్వరు చెప్పగలరు.

(తెరలో కలకలము.)

మో॥సి—అదేమి అర్థరాత్రమున కలకలము వినవచ్చుచున్నది! మనుజుల పదధ్వనులుగూడ స్పష్టముగా వినంబడుచున్నవే !

(తెరలో)

సేనానాయకులారా ! ఇంక నగువ్యూహములబన్నుడు.

మ. సమరక్ష్మాస్థలినిల్చి పోరుడిక మీ ♦ సత్త్వంబుజూపింప ఘో
రమహాభీలకరోరఖడ్గపటుతీ ♦ వ్రస్ఫారబాణప్రయో
గములన్ శత్రులరూపుమాపుడిక సా ♦ కల్యంబుగా నేర్పుమై
గములై శత్రులకోటగుమ్మముల పై ♦ కన్దాకుడత్యుగ్రతన్.

కోటగుమ్మమును తెరిసితిమా రాజ్యేందిరను నిముసమాత్రమున కైవశ్యము గావించుకొనవచ్చును.

మో॥సి—ఇంకేమున్నది. శత్రులు కోటను ముట్టడించిరి.

రెం॥సి—మనవారినెల్లర మేల్కొలిపి యుద్ధమునకుసన్నద్ధులమై నిలువవలయును. రమ్ము రమ్ము. నగారాయున్నతావున కేగుదము.

(ఇరువురు నిష్క్రమింతురు. తెరవాలును.)

తృతీయరంగము.

ప్రదేశము:— దుర్గమారణ్యము.

(తాళధ్వజుఁడు, శ్రీనారదుఁడు జీర్ణ వసనములతో ఎనుభంఘమును పాడును ప్రవేశింతురు.)

తాళ— దుర్భరము- దుర్భరము. ఎన్నియనర్థములు ఎన్నికష్టములు మనుజునికొక్క పరి ముట్టుముట్టుకొనఁగలవో యన్నికష్టములును ఒక్కమారుగా నాకస్మికముగా నరుదెంచి మమ్మధఃపాతాళమునకణఁగ ద్రొక్కెను. సకలసౌభాగ్యముల కాటపట్టయి లక్ష్మీ నిలయమైన యొప్పారు రాజ్యమా పరరాజుల పాలయ్యెను. అంతతో దీకెనా లోకము వంటివాడనే యగుదును. ఎందరెందరు చక్రవర్తులు రాజ్యసర్వస్వమును గోలుపోయి విపినముల నివసింప లేదు. కొడుకులు- పదునార్వురు కుమారులు- రత్నముల కెనయైన కుమారులు- ఒక్కడైనను నన్ను బుగ్గిసేయుట కొక్కడైనను నిలువకుండ నందఱును ఒక్కరాత్రమున నేజక్కాడ బడిరి. ఇన్నికష్టములు మమ్ములను జుట్టుకొనినవిగాని యీబొందెనుండి ప్రాణములుమాత్రము తిరిలిపోవయ్యెను.... దుర్భరము.

శ్రీనా— అక్కటకటా! దైవమా! పదునార్వురు కుమారులను నాకేలసేయుసంగితివి? యొసంగితివిబో యొక్కనికైన దీర్ఘాయువొసంగవైతివిగదా! రాజ్యము లేకున్నమానె, భోగము లేకున్నమానె ఏయాకలములనో దినుచు- మాకన్నుల వెలుగున వర్తించుట కొక్క కుమారునైన జీవింపనీయవైతివిగదా? దైవమా! నవమాసములను గర్భభారము మోసి కని పెంచి యష్టకష్టములుపడి పెంచి పెద్దవారినిజేసి యెవ్వరిచేతులమీదుగా తరలిపోవుట కనయము దలంచుచుంటిమో యట్టికుమారులను మారజితసుందరాకారులను గొనిపోయితివా? బాలకులనుగూడ బట్టి తెప్పించి వధించిన యీముష్కరునకు మాపై నేల

దయగల్గును. కుమారులతో బాటుగ మమ్ముగూడ గొనిపోయియున్న యీపుత్రశోకముండకుండునుగదా ?

(ప్రవేశము — ఒకవృద్ధబ్రాహ్మణుఁడు.)

వృద్ధబ్రా — యువతీమణీ ! యేలయిట్లు శోకించెదవు ? ఆతఁడే మగును ? దుర్గమమగు నియ్యరణ్యమున కెందులకరుదెంచిరి.

తాల — అయ్యా ! శత్రురాజులచే నపహృతరాజ్యసర్వస్వులమై విధివ్రాత నతిక్రమింపనేరక యీదుర్గమారణ్యములబడిదుఃఖించుచున్న తాళధ్వజనాముడను.

బ్రా — నీవా ! తెలిసినది. మీవృత్తాంతమంతయు నింతకుమున్నే వినియుంటిని. కాని రాజోత్తమా ! ఇంకనైనను దుఃఖమును కొంత చల్లార్చుకొనుము. గతజల సేతుబంధన మొనరింపనేల. గతించినవారికై విలపించుట లగ్గుగాదు. ఎన్నిదినములిట్లేడ్చినను తిరిగిరాజాలరుగదా ? యువతీమణీ ! కడుపునమోసి కనినదానవగుటచే నీకుండెడిదుఃఖ మపారమనుట యెఱుంగుదును. అయినను యెంతవిచారించినను లాభమిసుమంతయుగలుగదు. కావున నాహితమాలింపుము. గతించినవారల కుత్తమగతి గల్గుటకై దోసెడు నీటినైన విడువుము.

తాల — విప్రపుంగవా ! తిలోదకము లొసంగిన మాత్రమున వారుత్తమగతి కేగుదురా ?

బ్రా — తప్పక యుత్తమగతి కేగుదురు.

తాల — ఇప్పుడు మమ్ములనేమిచేయమందువు.

బ్రాహ్మ. — ఇరువురు నాకొలనున జలకమాడిరండు. పిమ్మట నొనరింపవలసిన విధానమంతయును నేనుదెల్పెద.

తాల — మంచిది. ప్రియా ! లెమ్ము. కుమారుల కుత్తమగతి గల్గించితిమను నల్పసంతోషమైన గలుగుట కీవిప్రపుంగవుఁడు దోడ్ప జెదననుచున్నాడు. లెమ్ము, స్నానమాడిరమ్ము.

స్త్రీ నా—(లేచి)

గీ. ఎవరిచే జలములను గ్ర • హించిమేము
ముక్తిగైకొందుమనుకొని • మురిసినాము
యట్టి తనయులకెల్ల నే • డక్కటకట
తర్పణముసేయ వ్రాసితే • దైవరాయ!

(స్నానమాడబోవును.)

తాల—(ఆమెయరిగినవంక కేజూచుచు) ఈమె శోకమునుస్తైత ము గనుగొనజాలకుంటిని. అదే స్నానముచేసినది. వింతగానున్నదే! నీటమునింగిన ప్రేయసి యేమయ్యెను. ఈజడదారియెవడు. ఈతఁడెక్కడి నుండివచ్చెను. ఆమె నేజలచరమైన నోటబెట్టుకొనలేదుగదా? (తత్తర మునలేచి పోబోవును.)

(కృష్ణుఁడుగా మారిన బ్రాహ్మణుఁ డడ్డుకొనును.)

కృష్ణు—రాజా! ఎచ్చటికేగెదవు క్షణకాలము నిలువుము.

తాల—(వెనుదిరిగి కృష్ణునిజూచి) నీవెవ్వడవు. ఇవఱకునాతో మాటలాడిన విప్రుఁడెవ్వడు?

కృష్ణు—నేన యావిప్రుడను.

(అనుబంధమును బాడుచు నారదుఁడు ప్రవేశించి కృష్ణునకు ప్రదక్షిణమాచరించి నిలచును.)

కృష్ణు—నారదా! స్నానముచేసి జలపానమొనరించి వచ్చుట చేతతడువు మసలితివేమి;

నార—

గీ. తెలియనివాడనయ్యు భవ • దీయమహామహిమంబు సర్వముఁ
దెలిసితినంచు గర్వమున • దేవ! వచించితిగాని యిప్పుడా
జలజభవాదులేనియును • శంకరుడైనను మీమహత్త్వమున్
తెలియ నశక్తులౌదురని • తేటపడెఁ యదువంశచంద్రమా.

ఇంకనైనను కటాక్షింపుము!

కృష్ణు— తాలధ్వజా! ఇంకను ప్రేయసికై తలపోయుచుంటివా? ఇంకెక్కడి ప్రేయసి. ఈనారదమహామునీంద్రుఁడే విధివశమ్మున కామినీ మణియై నీతో కొలదికాలము సుఖించెను. గతమును మరచిపొమ్ము!

తాల— (కృష్ణునియెదుట మోకరించి) పుత్రశోకాంధకార మునబడి యడలుచుంటిని. భార్యా వియోగముగూడ గల్గించుట న్యాయమా!

కృష్ణు— ఓయీ! నీవెవ్వరవు, యీామె యెవ్వరు. మీకిరువు రకును నెట్లు సమాగమమయ్యెను? అపుడు సంతోషించితివి కాదా! ప్రవాహవరమున నదిలోకొట్టుకొనిపోవు రెండుగూలములు దైవ వశమున కలసికొని కొంతదూరము ప్రయాణముచేసి యటుపిమ్మట విడివడును అట్టులే కాలప్రవాహమునందు మీరిరువురునుగలసి కొంతి దూరమరిగి యిప్పుడు విడిపోయిరి. ఇందులకు విచారింపనేల లెమ్ము. నాయనుగ్రహమున జ్ఞానమువడసి రాజ్యమునుగెలుపొంది సుఖముగా నుండుము.

తాల— (లబ్ధజ్ఞానుఁడై) మహాత్మా! అనుగ్రహింపబడినా డను. ఇంకనాకు రాజ్యమెందులకు, భోగములెందులకు. తపమాచరించు కొనుచు నీజీవితశేషమును గడుపుకొందు ననుగ్రహింపుము.

కృష్ణు— నారదా! ఇంకను మనమిచ్చట చేయవలసిన దేము న్నది. రమ్ము పోవుదము.

(ఇరువురును పరిక్రమించుచుండ తెర వ్రాలును.)

తురీయాంకము సంపూర్ణము.

శ్రీ ర స్తు

గర్వభంగము.

ఆంజనేయ గర్వభంగము.

పంచమాంకము.

[ప్రదేశము—ఉద్యానవనము ఆంజనేయుఁడు.]

ఆంజ—నేటికిగదా రామచంద్రుని దర్శింపగలిగితిని.

ఉ. లోకము లేపరాత్పరుని • లోపలనుండి వెలుంగుచుండునో
లోకములందు నే విభుని • రూపము గోచరమై వెలుంగునో
యాకమలాకళత్రు విక • చాంబుజపత్ర విశాలనేత్రు న
స్తోకచరిత్రునిన్ సుగుణ • శోభితురాముని జూడనయ్యెగా.

యోగీశ్వరేశ్వరుండగు శ్రీరామచంద్రుని దరహాసాంచిత ముఖంబును మరల నెన్నిదినములకు జూడగల్గితిని. ఎన్నిదినముల కీమహానుభావుని పాదపద్మముల సేవింపగల్గెను. నాకుయింతటి మహద్భాగ్య మొసగూర్చిన యా గరుడుఁడు చిరస్మరనీయుఁడుగదా? పాపము తొలుత నాతనినేమేమో యెగ్గులుపలికి దండించితిని. అందుల కాతఁ డెంతగా ఖేద పడియెనోగదా! అంతివల కెందులకు బలశబ్ద మధికముగా నుంచుకొని యె నని కినిసి మాలక్ష్మణునే పరాభవించితిని. ఆతఁడయ్యది యెగ్గుగా నెంచునేమో! ఒక్కపరి మరల యాతని సందర్శించి క్షమింపవలసినదని

ప్రార్థించెదను. రామకృష్ణులిరువురు నవతారపూరుషులని యెఱుంగమిచే నింతపుట్టెను. మా శ్రీరామచంద్రుని సమీపించి యింతవింతనాటకమును నాచే యేల నాడించెనో దెలసికొందును. ఈపట్టణమునకృష్ణభగవానుని సమీపమున నుండుటచే గాబోలును. పెక్కుదినములిచ్చటనేయున్నను నిన్ననో మొన్ననో వచ్చినటులున్నది రామకృష్ణుని సాహసచర్యము గల్గి యిచ్చటనే నివసింపవలయుననువాంఛ జనించుచున్నది. ఆతనిని దేవా! తమపాదపద్మసేవ గావించుకొనుచు నిచ్చటనే యుండుట కనుమతింపరేయని ప్రార్థించెదను. భక్తవత్సలుఁడగు నాతఁడు నాకోర్కె త్రోసిపుచ్చునా?

(ప్రవేశము—కృష్ణుఁడు పాదుకల ధరించి.)

కృష్ణు—పావనీ! ఆలోచనామగ్నమానుసుఁడవై యుంటివేమి? ఏవిషయమునుగూర్చి యాలోచించుచుంటివి? ఇక్కడనీకు సౌఖ్యకరముగాలేదా?

ఆంజ—ఆలోచింపగల విషయము లేమిగలవు. భవద్దివ్యనామకీర్తన మొనరించుకొనుచు తమచారిత్రమునే దలచుకొనుచు కాలమును గడపుచుంటిని.

కృష్ణు—పావనీ! అడగమరచితిని. ఎన్నడైన లంకానగరమున కరిగితివా! విభీషణుఁ డెట్లున్నాఁడు ఆతఁడు మమ్మెప్పుడైన స్మరించుచుండునా?

ఆంజ—వత్సరమున కొకసారి యమ్మహనీయుని దర్శించుచుంటిని. ఆత డనయమును తమ పావననామ సంస్మరణము గావించుచుండును. ఏపరాత్పరుని కరుణాకటాక్షమున నిశ్శంకత నేలుకొన లంకారాజ్యము లభించియుండెనో యాపరాత్పరునే మరచునంతటికృతఘ్నుడు కాడు ఆతఁడు—

చ. అనుదినమును మిమ్ము హృద • యంబున నిల్పి భజింపకుండ నే
పని యొనరింపఁబోఁడు సుం • పై శివపూజను మాచరించి యా
వెనుక భుజించుచుండు నటు • పిమ్మట దీర్పగనున్న కార్యముల్
కనుఁగొను నావిభీషణుని • కంటెను భక్తుడు గల్గఁబోవునే.

కృష్ణు—ఆతని రాజ్యపరిస్థితు లెట్లున్నవి ?

ఆంజ—వెనుకటికంటె వేయిమడుంగుల జనులెల్లరునుసుఖించుచున్నారు. జారచోరుల శబ్దమైన వినరాకున్నది. అతడును ప్రజలను కన్నబిడ్డలవోలె ప్రేమించుచు వారియభివృద్ధికై వలయుయత్నములనేకము లొనరించుచుండును.

కృష్ణు—పావనీ ! నీవాంఛిత మీడేరినదిగదా ? ఇంకనుమహేంద్రనగరంబునకు సంతోషితస్వాంతుఁడవై యరిగెదవని తలంచెదను.

ఆంజ—రామచంద్రా ! రామచంద్రా ! మరల నన్ను మహేంద్రనగరమునకుబొమ్మనుచుంటివా ? నీ పదసేవన మొనర్చుకొనుచు నీసన్నిధానముననేయుండ ననుజ్ఞ యిమ్ము. ఆనగంబున నేకాకినై యుండ జాలను.

కృష్ణు—అంజనేయా ! వలదువలదు. ఇచ్చోట నీజపతపంబులకంతరాయములనేకములు గలుగును. నీవెచ్చటనుంటివో యచ్చటనే నేనుందును. ఇంతదెలియవా ! నీహృదయపద్మమున ననవరతము నన్నేనిల్పి యారాధించెదవే. అట్టియెడ నీకు నాసాన్నిధ్యముతో బనియేమున్నది!

ఆంజ—తమచిత్తము. తమరెట్లానతిచ్చుచున్న నట్లొనర్చుటయే నాకు కర్తవ్యము. ఆమహేంద్ర నగమున కేగుమనిన నేగుటయేగాదగ్నినురుకుమనినను నిస్సంకోచముగా నుఱికెదను. పునర్దర్శన మెప్పుడు గల్గునో యనుగ్రహింపుఁడు.

కృష్ణు—పావనీ! నీయందుగల వాత్సల్యముచేతనే నిన్ను మహేంద్రనగరమున కేగుమనుచుంటిని. మరియొకసారు నన్ను దర్శింపగోరుచుంటివా! కానిమ్ము; కొలదిదినములలో జరుగనున్న మహాభారత రణంబున నన్ను సందర్శింపగలవు.

ఆంజ—సోదరుండగు భీమసేనునకు [illegible] కేతనముపై నధివసించి యాతని కెట్టిహాను గలుగకుండ నతని రక్షించెదనని వాగ్దాన మొసంగియుంటిని.

కృష్ణు—ఎప్పుడు! సౌగంధికాన్వేషణార్థముగ [illegible] బోవునప్పు డాతఁడు నిన్ను సందర్శించియుండెనా?

ఆంజ—అవును.

కృష్ణు—ఆతఁడు నిన్ను తమకు సహాయము నొసగుమని ప్రశ్నింప లేదా?

ఆంజ—ప్రశ్నింపకేమి! ప్రశ్నించెను.

కృష్ణు—అందుల కవుడువేమంటివి?

ఆంజ—"ఓయీ! ఇపుడు నాబోంట్లు [illegible] కరుడెంచిన నిల్వగలవాడొక్కడును [illegible] నాకునగిన యాయుధములైన నిపుడునమకూడవు. ఆయుధము [illegible]చినవి. కావున నన్నందులకు బలవంతపెట్టవలదం" టిని.

కృష్ణు—అందులకాతఁ డేమనియెను.

ఆంజ—"సోదరునకేమాత్ర ముపకారమైన జేయు[illegible]పాట పాడియా" యని ప్రశ్నించెను. అంత నేను—"సంగ్రామదక్షనోత్సాహమున సమరరంగమునకరుదెంచి నాకుఁదోచిన సహాయమొనరింతు" నని బల్కితిని.

కృష్ణు—అంకులకాతఁ డేమనియెను.

ఆంజ—సమరమున పృథాపుత్రున కెట్టికీడును గలుగకుండ నరసి రక్షింపుమని ప్రార్థించెను. నేనందుల కంగీకరించితిని.

కృష్ణు— అపుడే క్రమ్మర ననుసందర్శింపగలవు.

ఆంజ—తాముకూడ పాండవపక్షమూని సమరమొనరించెదరా ?

కృష్ణు—ఓయీ! చక్రమును చేతధరించి నేను సమరతలంబున నిలచిన నెదిరింపగలవా డుండునా ?

ఆంజ—ఊరక సంగ్రామసందర్శన కుతూహలమున జనుదెంతు రని దలంతును.

కృష్ణు—కాదు కాదు. నేనును చేయవలసినకార్య మొక్కటి గలదు. భారతరణంబున నేనాపార్థునకు సారథినై వేడుకగా యుద్ధమును దిలకించుచుందును. అప్పుడే నీవు నన్ను సందర్శింపగలవు. తదుపరి యింక నెన్నడును సందర్శింపజాలవు. (పచారుచేయుచు తటాలున తూలిపడబోయి నిలచును.)

ఆంజ—మహాత్మా! అట్లు తూలితిరేమి ?

కృష్ణు—ఏమియునులేదు. పచారుచేయుచుండగా నొక చిన్న రాయి కాలికిదగిలినది.

ఆంజ—అన్నన్నా! తమపాదమెంతగా నొచ్చియుండెనోగదా! ఆ రాతిముక్కలను దీసిపారవైచెద నుండుఁడు.

కృష్ణు—నిష్కారణ మేల శ్రమపడవలయు నారాతి నట్లేయుండ నిమ్ము. ఇంతలో వచ్చెడి ప్రమాదమేమియునులేదు.

ఆంజ—అట్లు తలంపకుఁడు. నేడు తూలిపడబోయిరి. రేపు ప్రమాదవశమున పడనచ్చును. అపుడు దెబ్బయధికముగా తగులవచ్చును.

కృష్ణు—ఒకమారు దెబ్బతగిలినయెడల నింకొకమారు జాగరూకతతోడనే యుందుము. ఆవిషయమై యాతురతపడకుము. మాకై యింకను నిన్ను శ్రమపెట్టదలచుకొనలేదు.

ఆంజ—ఎల్లపుడును జాగరూకతతో నుండుటకు వీలుగలుగదు. ఇంతమాత్రమున శ్రమగల్గునా! ఆ రాతినూడబెరికి యావలపారవైచెదను.

కృష్ణు—నీయిష్టమువచ్చినట్లొనర్పుము. అనవసర శ్రమ నీకేల యొసంగవలయునని వలదనుచుంటిని.

ఆంజ—గుడిమ్రింగువానికి లింగమెంత. పెనుగొండలను సునాయాసముగ పెకల్చిదెచ్చిన నాకు యీగువ్వరాతిని పెకల్చుట శ్రమయగునేమో యని తలంచితిరా! కాలికొనగోటమీటిన గువ్వరాయి యాకాశమును పెకల్చుకొని యెగిరిపోవలయును. ఇదేచూడుడు! ఆరాయి యెక్లెగిరి క్రిందబడునో.

[కాలితో రాతిని తాటించును. రాయి కదులదు
ఆంజనేయుఁడు తల్లక్రిందులుగ పడును.]

కృష్ణు—ఆంజనేయా! ఏమది యట్లుపడిపోతివి. వలదు వలదని యెన్నివిధముల వారింప యత్నించినను నాపలుకులను పాటింపవైతివి కదా, లెమ్ము. దెబ్బతగులలేదు గదా?

ఆంజ—(లేచి) దెబ్బతగులలేదుకాని యీరాయి లోనికెక్కుడుగా పాతుకొనిపోయినట్లున్నది.

కృష్ణు—ఇంక నా ప్రయత్నమును విడువుము.

ఉ. దేవతలెల్ల నొక్కట ను • తింప మహోదధినిట్టిదాటి యా
రావణుపట్టణంబున బి • రాన ప్రవేశము గాంచియుంటి వో

పావని ! అట్టి నీదయిన • ప్రజ్ఞనశించెనె యొక్కరాతికై
యీవసుధాస్థలిఁ బడుట • కేమిగతంబొ యెఱుంగజేయుమా !

ఇదే దైబ్బతగులలేదనుచుంటివి. కాలినుండి రక్తము సంతత ధారగా ప్రవహించుచున్నదే

గీ. కాలుపగులుటచేత ర • క్తస్రవంతి
బయలుదేరెను కటకటా • పాడురాతి
నేలపెకలింప దొరకొంటి • వింకనైన
యూరకుండుము యిటు శ్రమ • నొందనేల ?

ఆంజ—కొలదిగా పట్టుజారినదికాబోలును. అంతమాత్రమున నేమిలేండు. ఇదే యీపర్యాయమీరాతిని చేతులతోబట్టి సునాయాస ముగా తప్పక పెకలించెదను.

(మరల యత్నించును. పెకలింపబోవగా గొప్పశబ్దమగును.)

కృష్ణు—ఏమాధ్వని. పావనీ ! రాయిని పెకలించితివా ? కృతార్థుడవైతివా ?

ఆంజ—కృతార్థుఁడను కాజాలనైతిని. చేతియెముక యొక్కటి మాత్రమే యించుక విఱిగినట్లున్నది.

కృష్ణు—యిదెట్టి పాపపురాయియోగాని నిష్కారణముగా నిన్ను శ్రమపడజేయుచున్నది. పర్వతములను సునాయాసముగ పెకలించి బంతులవలె నెగురవైచుచు గొనివచ్చిననీకు ఒకగువ్వరాతి నూడ బెరుకుటలో చేతియెముక విరుగుట వింతగానున్నది. అయినదేమో అయినది ఇంకయత్నింపకుము.

ఆంజ—ప్రయత్నింపకవిడువను. ఒకరాతిని నూడదీ నాప్రయత్నమును విరమించుట లాఘవముగదా ?

సీ. రక్కసిమూకతో • రావణుండంపిన
యతికాయు సమయించు • నట్టివాడు
పెనుగొండలను వేగ • పెకలించియిరుకేల
బంతులవలెగొని • వచ్చువాడు
లక్ష్మణు బ్రతికింప • రవివచ్చుటకుమున్ను
తెంపుమై సంజీవి • దెచ్చువాడు
సుగ్రీవుగొనిపోవు • చో కుంభకర్ణుని
రణరంగమునకు మ • రల్చువాడు

గలిగియున్నట్టి నాబాహు • బలము నేడు
కలుగదే ఒకరాయి పె • కల్చలేక
యూరకుండిన జనులంద • రొక్కమొగిని
పరిహసింపరె శ్రీరామ • భద్ర చెపుమ.

ఆరంభించిన కార్యమున జయములభించువరకు యత్నించుటే యుత్తమపురుషలక్షణము. కాని యొక్కింత యపాయము గల్గినయెడల నాకార్యముపొంత బోకుండుట మేలగునా! ఈపర్యాయము నావాలమును దీనికిజుట్టబెట్టిలాగిన హరిహరబ్రహ్మలడ్డుపడినను యీరాయి వెలికి రాకుండ నుండదు.

(వాలము నారాతికిజుట్టి మరలయత్నించి విఫలమనోరథుడై
మరల క్రిందబడును.)

కృష్ణు—పావనీ! కృతార్థుడవైతివా? లెమ్ము. పోనిమ్మారాతిని నేనూడదీసెదనుండుము. కట్టా! ఎంతగా శ్రమజెందితివి. (అనుచు పాదుకడెక్కతో నాగువ్వరాతిని తాటించును రాయియూడి దూరమున బడును. అందుండి యొకదివ్యతేజము బయలువెడలి కృష్ణునియందు ప్రవేశించును.)

ఆంజ—(కృష్ణునియెదుట మోకరించి) మహాత్మా! ఇందలి యర్థమేమో యెఱుంగజేయవలయును. ఆతేజమట్లు తమదేహమున ప్రవేశించుటకుగతమేమి? ఆరాతియందుగల మహాత్మ్యమేమి? నేనా రాతినేల కదలింపజాలనైతిని. ఈవిషయములన్నియు నాకెఱింగించి యనుగ్రహింపుడు.

కృష్ణ—(ఆతనిలేవనెత్తి) నాయనా! పావనీ! ఈరాయిసంగతి తెలుపుటకే యిన్నిదినములు నిన్నిచట నాపియుంటిని. సావధాన మనస్కుడవై యాలింపుము. సృష్టిస్థితిలయకారణుండగు పరాత్మ సృష్టిస్థితిలయములొనర్ప త్రివిధరూపములుదాల్చి బ్రహ్మవిష్ణుమహేశ్వరు లను నామంబుల వ్యవహరింపబడుచుండెను. రజోగుణప్రధానుండై చతుర్ముఖుండు బ్రహ్మాండకటాహమందలి జీవరాశిని సృజించును. అట్లు నలువచే సృజింపబడిన జీవరాసుల సత్వగుణప్రశస్తుడైన హరివృద్ధిబరికించుచు రక్షించుచుండును. లోకమతిజనాకీర్ణమై యలజడినొందనుండ తమోగుణప్రాధాన్యుడగు శంకరుడు నాశనమొనరించుచుండును. కాన మువ్వురుమూర్తులును యొక్కపరమాత్మ స్వరూపమే యని భావింపవలయును.

ఆంజ—అట్లే భావించుచుందును

కృష్ణ—భావించిన మాత్రమున లాభములేదు. క్రియయందుకూడ నాభావము గాన్పింపవలయును. తొల్లియొకనాడీవు మహేశునియెడ నపచారము గావించియుంటివి. ఎప్పుడో జ్ఞప్తియందున్నదా?

ఆంజ—ఎప్పుడో స్ఫురింపవయ్యెను.

కృష్ణ—దశకంధరునివధించినపిమ్మట బ్రహ్మహత్యాపాతకము వోపుటకు శివప్రతిష్టచేయు సంకల్పమున నిన్నులింగమునుగొనిరానంపినదని బలికియుంటిని. నీవువచ్చుటకు తడయుటచే ముహూర్తము

మించిపోవుచున్నది ఇసుకను లింగాకృతిగాజేసి ప్రతిష్ఠగావించియుంటిని. అనంతరము నీవరుదెంచి యేమంటివో జ్ఞప్తియందున్నదా?

ఆంజ—జ్ఞప్తివచ్చినది. నేనుగొనివచ్చిన శివలింగమును ప్రతిష్ఠ చేయకున్న యెడల తమచే ప్రతిష్ఠింపబడిన లింగమును! యూడబెరుకుదు నంటిని. అదియే నేనొనర్చిన మహాపరాధమని దలంచుచుంటిని.

కృష్ణు—అప్పుడేను నిజమెఱింగింపక నీవుగొనివచ్చిన శివలింగ మునుగూడ ప్రతిష్ఠించి యెవ్వరైనముందు నీవుకొనివచ్చిన శివలింగమున కభిషేకాదులు జరుపునట్లును అట్లుచేయకమున్ను నాచే ప్రతిష్ఠింప బడినలింగమున కభిషేకాదులొనర్చుట నిష్ఫలమనియు వరమిచ్చి యున్నాడను. నాటినుండి నేటివరకును ఆలింగములు రెండును సుఖము గా పూజింపబడుచున్నవి. పావసీ! ఇప్పుడైనను శివకేశవులకు భేదము లేదనియెఱింగితివా?

ఆంజ—దెలిసికొంటిని.

కృష్ణు—ఇంకనిప్పుడు జరిగినవిషయములగూర్చి దెల్పెట నాలిం పుము. తొల్లిటనీవు శివధిక్కారమొనర్చుటచేత మహేశునెడనీకు భక్తి గలుగునట్లొనర్చుటకై యొకలింగమును సృష్టించితిని. అదియొకసామా న్యమగు గువ్వజాతిగభావించి యత్నించి విఫలమనోరథుడవైతివి. అందుండివెడలిన యపూర్వతేజమే పరమేశ్వరస్వరూపుడగు మహేశుని తేజము. ఆతేజము నాయందు బ్రవేశించుటకనుగొంటివిగదా! అక్కా రణమున నీకు శివకేశవులు భేదములేనివారనిదెలియుటకే నట్లొనర్చితిని. కావున నేటినుండియు-

గీ మానసంబున నన్ను నే • మారులెట్లు
దలచుచుందువొభక్తిత • త్వరతతోడ

కృపిమాకష్ట మాంత ● సెందిర్చి
ధ్యానమొదలను పరగా ● పుషనే ని.

ఈవిషయ కృమంరిక కివ్ర సమాగాల నాగానో నేయు. పంయు. ఆదిష
యమున కోఫించుటకే నిమ్మ నిర్ణియించి9ది.

అంజ——మహొన్న సాదమును. అయ్యగ్రహాంపుమనొకయ.)

కృష్ణ——సాదని ! కగొగ్యదయముు ప్రాతెయను మహ్నాము. ఇ
లియుగింబున జయబెన్వ్రయును సతిపంయునకి పెష్మ ను వేయకువహ్హ
నికగోచరత్వమును ప్రసాదింముమగ్గ ము. మాయు భపుకక్షమున నెటు
బ్రహ్మాపదపి యుసంగుంముంతొ9ది. ఇంకే మీది యపలు సెనే.

అంజ——తిమ యమ గ్రహామున యూంజ్యేసాగ్గ ఖ్జ్జ్లకెమెది.
ఇంకకావలసినదేమున్న ది. అయిన నిల్లగుకాక.

భరతివాక్యము.

గీ. భక్తపరితింత్రుత్త నల్ల ● ప్రగ్లగొగ
పాజిపంగల ఖూర్క సగా ● నుంయు మవ్పమ
గొయిములకల్ల పిలమవ్ష్మ ● పొటపుబ్రగాంది
కంయమన్నల్ల నిర్ణగా ● పేంపకొగను.

సంపుర్ణిము.

అనుబంధము.

పేజి 5. పంక్తి 9.

1 అనుబంధము.

నారదుఁడు.

రావా రఘురామా ! ఇనవంశపయోనిధి సోమా !
భవతారకనామా॥

1. తావక పదసంసేవనమే గదా సంసారతారకము రామా !
2. నిరతము నీడగు పావననామము - వేమరు
మదిలో నిల్పి భజించెద॥ రామా !

పేజి 10. పంక్తి 3.

2 అనుబంధము.

భటులు.

కొట్టకుమా, పడగొట్టకుమా, మముగిట్టింపకుమా,
ఏపాపం బెరుగనట్టి మాపయి కోపంబదేల
ఓవానర కరుణను రక్షింపుమయ్య ॥కొట్ట॥
నీ జెప్పిన పనులెల్లను . నొనరించెద మింకమమ్ము
బాధింపక పట్టువిడచి - బ్రతికింపుమికకా ॥కొట్ట॥

పేజి 3. పంక్తి 9.

3 అనుబంధము.

బలరాముడు.

నాతో బోరగలడా ! ఎవడైనన్ ॥నా॥
ఈలోకంబుగా దేలోకమునం దైనన్

నన్నుబోలగల శూరు డెవడైనఁ గలడా॥
సమరాంగణమున సమముగ నిలచి
ధీరత మెరయగ ధైర్యముతో ॥పోర॥

పేజీ 22.	పంక్తి 22.

4 అనుబంధము.

ఆంజనేయుడు.

మరచితివో రఘువరా! మర॥
నీదర్శనమిడి ఏలెదనను మాట॥ మర॥
నినుజూచుటకే తగనా। ఇలు విడనాడుట
తగునా! కనికరముంపవా। రామా ॥మ॥
ఈనగమున బడవైచితివా। దర్శనమీయగలేవా
నీపదముల మదినెపుడు దలచుట ॥మర॥
లోకాధారుడ వీవేగాదా। ననుపాలింప
రాదా। కోపమా। జాగొనరించెదవేలా ॥మర॥

పేజీ 34.	పంక్తి 29.

5 అనుబంధము.

ఆంజనేయుడు.

పిలువబంచెనా। మారఘురాముడు। పిలువబంచెనా?
పరమదయాళుఁడు రామభద్రుఁడే

www.ingramcontent.com/pod-product-compliance
Lightning Source LLC
LaVergne TN
LVHW080005230825
819400LV00036B/1247
* 9 7 8 1 1 7 8 7 2 9 8 3 2 *